उत्खनन

स्वाती चांदोरकर

मेहता पब्लिशिंग हाउस

✆ +91 020-24476924 / 24460313 / Mob. No. 9545000513
Email : production@mehtapublishinghouse.com
Website : www.mehtapublishinghouse.com

UTKHANAN by SWATI CHANDORKAR

उत्खनन : स्वाती चांदोरकर / कादंबरी

Email : author@mehtapublishinghouse.com

मराठी पुस्तक प्रकाशनाचे हक्क : मेहता पब्लिशिंग हाऊस, पुणे.

प्रकाशक : सुनील अनिल मेहता, मेहता पब्लिशिंग हाऊस,
१९४१ सदाशिव पेठ, माडीवाले कॉलनी, पुणे ४११०३०.

अक्षरजुळणी : संवाद, ८, ओंकार सोसायटी, दत्तवाडी, पुणे - ३०.

मुद्रक : ट्रिनिटी अ‍ॅकॅडमी फॉर कॉर्पोरेट ट्रेनिंग लिमिटेड

मुखपृष्ठ : सरदार जाधव

प्रथमावृत्ती : जानेवारी, २०१६

किंमत : ₹ १९५

P Book ISBN 9788184989533
E Book ISBN 9788184989540
E Books available on : amazonkindle Apple Books Google Play Books

---

लेखिकेचे दोन शब्द

'गतजन्म शोधताना...' रेडिओवर गाणं चालू होतं... आणि मला वर्तमानपत्रात येणाऱ्या वेगवेगळ्या जाहिराती दिसू लागल्या. त्या जाहिराती सांगतात की, तुमच्या अचेतन मनात साठलेल्या जन्मोजन्मीच्या आठवणी तुम्ही पुसून टाका, मन स्वच्छ करा. पहा, तुमचे गतजन्म. म्हणजे ह्या जन्मात तुम्हाला असणारे दुःख, क्लेष, वेदना, आजार का आहेत, ह्याचं उत्तर सापडेल... आणि मन स्वच्छ होईल...

बरेच जण आजकाल पास्ट लाइफ रेग्रिअेशन करतात. सांगतात की, मी त्या जन्मात असा होतो, मी अशी होते... अमुक तमुक माझे वडील होते... नवरा होता... ठीक. पण पुढे काय? आज त्याचं काय? असा प्रश्न मला भेडसावू लागला. गतजन्मातल्या चुकांची, पापांची शिक्षा ह्या जन्मात भोगावी लागत असेलही, पण भोगावी लागतेच ना? 'माझ्याच नशिबात का? मीच का?' अशा तऱ्हेच्या प्रश्नांना कदाचित गतजन्मात जाऊन आल्याने उत्तरं मिळत असतीलही, परंतु ती उत्तरं ह्या जन्माचं समाधान होऊ शकत नाहीत.

ज्यांची मानसिक बैठक अध्यात्माची आहे, त्यांना ही पूर्वजन्माची सफर फलदायी ठरू शकत असेल. पण जे मनाने दुबळे आहेत, त्यांच्यासाठी मात्र ही पूर्वजन्म सफर क्लेषदायी आणि धक्कादायक ठरू शकेल.

प्रत्येक संत, ज्ञानी असं सांगतात की, हा आत्ताचा क्षण महत्त्वाचा. तो पूर्णपणे जगा, कारण पुढचा क्षण तुमचा असेलच असं नाही. मग नक्की काय पाळायचं? गतजन्माची सफर आणि त्यामुळे ढवळून गेलेला आज? की फक्त हाच क्षण?

'उत्खनन' म्हणजे गतजन्म. पूर्वजन्म खणून काढल्यामुळे होणारे परिणाम. 'खोदून खोदून विचार...' असं आपण अगदी सहजी म्हणतो. काय हवं असतं आपल्याला? कोणती जिज्ञासा असते ही?

'कोऽहम्' ही जिज्ञासा असणं स्वभाविक आहे. आणि ती जिज्ञासा पूर्ण होण्यासाठी मनाची तरलता आवश्यक आहे. तरलता प्राप्त करणं सोपं नाही आणि जर प्राप्त झाली तर कोणत्याही उत्खननाची आवश्यकता नाही.

प्रस्तावना

अनंत विश्वामध्ये मनुष्य नगण्य आहे. पृथ्वीहून १ लाख पटींनी मोठा असलेला सूर्य, पृथ्वीवर जेवढे वाळूचे कण आहेत इतके सूर्य असलेली आपली आकाशगंगा आणि तितक्याच वाळूच्या कणांएवढ्याच अगणित आकाशगंगा या विश्वात आहेत, हे समजलं की आपल्यापुरताच विचार मर्यादित करण्यावाचून मानवाला गत्यंतर राहत नाही. मग, मी कुठून आलो, मी कुठे जाणार, मुळात मी कोण, मी का आलो इत्यादी प्रश्न त्याला पडू लागतात. या प्रश्नांची उत्तरे शोधण्यामध्ये मानव हजारो-लाखो वर्षे गुंतला आहे, पण उत्तरं सापडलेली नाहीत. उत्तरांतूनच नवनवीन प्रश्न तयार होतात, त्यांचीही उत्तरं मिळत नाहीत आणि नंतर तो नाइलाजाने या प्रश्नांचा विचारच न करून स्वतःची सुटका करून घेतो.

मुळात, जन्म आणि मृत्यू या घटनाच मानवाला चक्रावतात. नक्की आपला जन्म केव्हा सुरू होतो, आईच्या पोटात की आईच्या पोटाबाहेर आल्यावर? आणि आपण त्याच आई-बापाच्या पोटी यावं, हे कुणी ठरवले?आपण आई-बापाच्या दोन पेशींचा संगम होऊन एकपेशी कसे झालो? कुणी केलं हे? आणि आपला जन्म सुरू झाला, हृदय धडधडू लागले, हे कसे? आणि हे सर्व आयुष्यभर कोण चालवतं? मानव कशाला, पृथ्वी, ग्रह, तारे, आकाशगंगा, हे सर्व कुणी बनवलं? कधी? आणि का? उत्तर नाही! उत्तर नसले की उरतो तर्क, की निर्मिती तर दिसते आहे म्हणजे निर्माता असणारच! म्हणून मग, विश्वाची यंत्रणा निर्माण करणारी एखादी शक्ती असावी, अशी कल्पना मानवानं केली. म्हणून त्याच शक्तीसाठी 'परमेश्वर म्हणजे विश्वनिर्माता, विश्वनियंता अशा संज्ञाही तयार झाल्या. पण तो कुणाला दिसेना! कल्पना दिसणार कशी? मग निरनिराळ्या माणसांच्या कल्पनाविलासानुसार वेगवेगळे परमेश्वर तयार झाले. आणि या वेगवेगळ्या परमेश्वरांना मानणारे मानवाचे वेगवेगळे समूह म्हणजे 'धर्म' तयार झाले. या सर्व धर्मांची आपापली तत्त्वे, ग्रंथ, पाप-पुण्य इ. शिकवण, वागणुकीच्या पद्धती, कर्मकांडे हा सगळा पसारा तयार झाला. अनेकांचे जन्म हे धर्म पाळण्यात, शिकण्यात,

शिकवण्यातच गेले. अर्थात, या सर्व धर्मांच्या कादंबऱ्यांमधून परमेश्वर हा काल्पनिक हीरो होताच.

मग कुणीतरी आपल्याला आवडलेल्या, पटलेल्या, सुंदर, हुषार, शूर, गुणवंत इ. माणसांनाच परमेश्वर मानायचे ठरवले. त्यांच्या कपोलकल्पित कथाही तयार झाल्या. सर्व कल्पनाच! आणि कल्पनांना काय तोटा? कुणीही यावे, एक नवीन कल्पना करावी; ती आपल्या बुद्धीने, उत्तम वक्तृत्वाने लोकांना पटवावी, आणि आपला एक कळप बनवून त्याचा नेता बनून राहावे, असेही प्रकार झाले. मग सतत परमेश्वराचे नामस्मरण केले की शांती मिळते, हा शोध कुणीतरी लावला. सुखी होण्यासाठी कुणी व्रते सांगितली; कुणी पूजा, यज्ञ, तर कुणी नवस, उपासतापास, तर कुणी मंत्र... हजारो प्रकार! आपण परमेश्वरासाठीच जगतो... जगावे, असे म्हणण्यापर्यंत कल्पनेची मजल गेली (पण म्हणजे नक्की काय?) आणि या सर्वांत, मुळात परमेश्वर ही आपली फक्त कल्पना होती, याचा विसर मानवाला पडला.

बरे, हे विचार सोडून, सायन्स (शास्त्र) हे श्रेष्ठ व सर्वज्ञ मानावे, तर आपले शरीर मुळात जन्मालाच का येते, मग जिवंतच कसे राहते व मृत्यूसमयी असे काय होते, की ज्यामुळे शरीर बंद पडते, हेच मुळी शास्त्राला कळलेले नाही. प्राण शास्त्राने दाखवता येत नाही, म्हणजे तो नाही का? शरीराचीच उत्तरे कळत नाहीत, तर जगाची काय कळणार! आपले शरीर आपल्याला दिसते, ते हलवता येते, आपल्याला बोलता येते, चालता येते, हे आपण पाहतो. पण 'आपण' म्हणजे कोण, हे अजिबात कळत नाही. पण काही माणसे जन्मतःच असामान्य अशा बुद्धीचे, कलेचे वरदान, नैपुण्य घेऊन येतात. काहींना तर 'आपण' म्हणजे काही काळाआधी 'सध्याचे आपण' नव्हतो, हे आठवते. आपल्याला वेगळेच शरीर होते, हे आठवते. आपण वेगळ्याच ठिकाणी होतो, आपले आधीचे आई-वडील, नवरा किंवा बायको, मुले आठवतात. आपले घर आठवते, त्यातील सर्व खोल्या, तिथल्या वस्तू इ. सर्व आठवते, दिसते. तारखा सांगता येतात, सन सांगता येतात. जगातील अनेक शास्त्रज्ञांनी अशा माणसांचा व ते सांगत असलेल्या माहितीचा, घटनांचा, ठिकाणांचा अभ्यास करून हे खरे आहे; या बनावट गोष्टी नाहीत, असे सांगितले आहे. उदाहणार्थ, अमेरिकेतील व्हर्जिनिया विद्यापीठातील डॉ. स्टीव्हन्सन यांनी अशा हजारो माणसांचा जागतिक अभ्यास केला आहे, आणि त्यांना त्यांचा पूर्वजन्म आठवला हे सत्य जगासमोर आणले आहे. याचा अर्थ, 'आपण' कोण हे कळले नाही, तरी आपले पूर्वजन्म होत असले पाहिजेत, हे नक्की. म्हणजे, एका देहातून काहीतरी दुसऱ्या देहात उगवते. काय असते ते?

त्यालाच भगवद गीतेमध्ये 'आत्मा' म्हटले आहे आणि असे सांगितले गेले

आहे की, एका देहातून आत्मा दुसऱ्या देहात जातो, व अशा प्रकारे तो देहातील प्रवासी म्हणून अनेक जन्म घेत राहतो. पण आत्मा म्हणजे नक्की काय, त्याचे स्वरूप काय, त्याला कुणी तयार केला, का तयार केला, तो का मानवाचे शरीर धारण करतो, की इतर प्राण्यांमध्येही असतो, इ. प्रश्नांची उकल अजून झालेली नाही. सर्व पुस्तके माणसांनीच लिहिली. अर्थात, भगवद्गीताही कुणा माणसानेच लिहिली असणार. म्हणजे हे तत्त्वज्ञानही कुणा माणसाचेच, हे नक्की. मात्र, या जुन्या तत्त्वज्ञानाला अनुसरून डॉ. स्टीव्हन्सनसारख्यांनी- आजच्या शास्त्रज्ञांनी प्रत्यक्ष पुरावा उपलब्ध केला आहे. काही माणसांत तरी पूर्वजन्मातील मृत्यूस कारण झालेल्या दुखापतीच्या पोस्टमॉर्टेममधील नेमक्या खुणा, या जन्मामध्ये शरीराच्या त्याच जागी जन्मतःच असतात; कधीही न गेलेल्या गावांसंबंधी व तेथील माणसांसंबंधी अचूक माहिती पूर्वजन्माच्या आठवणींद्वारा काही माणसे देतात; अथवा पूर्वजन्मांमधील काही प्रसंगांसंबंधी आजार या जन्मात तयार होतात, असे दाखवण्यापर्यंत हा पुरावा उपलब्ध आहे. म्हणजे पुनर्जन्माची प्रोसेस तरी पक्की व नक्की आहे.

सर्वसाधारणपणे माणसांना पूर्वजन्माचे स्मरण नसते, आणि तेच बरे आहे. याच जन्मातली नातीगोती, जबाबदाऱ्या पेलवत नाहीत; त्यात मागचा जन्म आठवला, म्हणजे केवढा गोंधळ होईल! म्हणून निसर्गाने तशी सोयच ठेवलेली नाही. एक जन्म संपला म्हणजे एक नाटक झालं. मग त्याच नटाने दुसरे नाटक सुरू करावे, तसे पुनर्जन्माचे आहे. मात्र, यात कधीतरी गडबड होते. म्हणजे, काही माणसांच्या पूर्वजन्मातील प्रसंग इतके भयानक स्वरूपाचे अथवा तीव्र भावनांचे असतात, की त्यांच्या आठवणी पूर्णपणे पुसल्या जात नाहीत. आठवणींचे अंश मागे... म्हणजे पुढे राहतात आणि ते पुढच्या जन्मात लहानपणी किंवा नंतरही, प्रकट होतात. परंतु हा अपवाद आहे; नियम नव्हे. काही वेळा आपण कुणीही, एखाद्या नवीन ठिकाणी गेल्यावर अथवा नवीन माणसाला भेटल्यावर काहीतरी जवळीक वाटते, ते नवीन ठिकाण आपणास नीट ठाऊक आहे, असा भास होतो. परिचिततेचा अनुभव येतो. याला फ्रेंचमध्ये दे-जा-वू (म्हणजे आधी पाहिलेले) म्हणतात. आपण त्याला पूर्वजन्मातील परिचयाची शक्यता असे म्हणू. इतर काही माणसांना या जन्मात, ज्यांची वैद्यकीय चिकित्साच होऊ शकत नाही, असे काही मानसिक अथवा शारीरिक आजार असतात. सर्व रिपोर्ट नॉर्मल येतात, तरीही यांचा आजार असतोच. यामध्ये अंधाराची भीती (फोबिया), कमी जागेची (लिफ्ट, छोट्या खोल्या इ.) भीती, पाण्याची, उंचीची भीती, एखाद्या माणसाची वा ठिकाणाची भीती, काहीही कारण नसलेले जन्मजात किंवा नंतर होणारे व्रण, गळवे, शरीराच्या काही भागांचे अनावर दुःख, इ. आजार असतात. अशा माणसांच्या शरीरामध्ये काहीही गैर न सापडल्यामुळे, असा मनुष्य मनोरुग्ण आहे असा शिक्का त्याच्यावर

मारण्यात येतो.

गेल्या ३०-४० वर्षांमध्ये मात्र यांतील काही आजारांचे कारण त्यांच्या पूर्वजन्मामध्ये शोधण्याची पद्धती वैद्यकीय जगाने शोधली आहे. उदाहरणार्थ, अमेरिकेतील डॉ. ब्रायन वाईज या अमेरिकन सायकिअॅट्री असोसिएशनच्या माजी अध्यक्षाला स्वतःच्या आयुष्यात शास्त्रापलीकडील अनुभव आल्यामुळे, या विषयावर काही हजार केसेसचे असे प्रचंड संशोधन करता आले आहे. भारतातही नॅशनल इन्स्टिट्यूट ऑफ मेंटल हेल्थ या सरकारी संस्थेमधील डॉ. पासरिचा यांनी ५०० भारतीय केसेस तपासल्या आहेत आणि अशासारख्या अभ्यासामधून पास्ट लाईफ रिग्रेशन (पूर्वजन्म अवलोकन) पद्धती विकसित झाली आहे. या पद्धतीमध्ये माणसाला हिप्नॉसिस (संमोहन) या पातळीपेक्षा थोडे जास्त खोलवर नेले जाते, आणि त्या अवस्थेत त्याची पूर्वजन्माची कवाडे उघडतात. मात्र कोणत्या जन्माचे दार केव्हा उघडेल, हे सांगता येत नाही. म्हणून, ज्या जन्माशी निगडित आजार असेल त्या जन्माचे दार उघडण्यासाठी बराच काळ थांबावे लागू शकते, म्हणजे अनेक सीटिंग करावी लागतात. पुस्तकाचे हवे ते पान लगेच सापडत नाही, तसे हे आहे. एकदा का योग्य पान सापडले, की त्यावरचा मजकूर जसा वाचता येतो, अगदी त्याचप्रमाणे त्या जन्मातील परिस्थिती माणसाला प्रत्यक्ष दिसते, आठवणी जाग्या होतात, पूर्वानुभवाचे स्मरण होते आणि सध्याच्या जन्मातील आजाराचे पूर्वजन्मातील कारण कळू शकते... कळतेच असेही नाही. पूर्वजन्मात बुडून मेलेल्या माणसाला या जन्मात पाण्याची प्रचंड भीती असते, अथवा शारीरिक पाशवी अत्याचार झालेल्या स्त्रियांना पुरुषांची जबर भीती राहते. मात्र एकदा का संबंधित पान उघडले, तो प्रसंग नीट दिसला, की या भीतीवर, आजारांवर विजय मिळवण्यात अनेकांना चांगले यश लाभले आहे. जगातील अनेक माणसांनी या पद्धतीचा उपयोग करून सध्याच्या जन्मातील आजाराचे निराकरण करून घेतले आहे. म्हणजे, पास्ट लाईफ रिग्रेशन (पूर्वजन्म अवलोकन) ही उपचार पद्धती खरी आणि उपयुक्त आहे.

परंतु; माणसाचा एक दोष म्हणजे, या पृथ्वीवरील कोणत्याही चांगल्या गोष्टीचा 'दुरुपयोग'सुद्धा करून दाखवणे. म्हणूनच, आपल्याला चांगले आणि वाईट असे दोन्ही प्रकारचे डॉक्टर, वकील, पोलीस, शिक्षक, सरकारी अधिकारी, राजकारणी भेटतात. अगदी त्याचप्रमाणे, काही माणसांनी या उपयुक्त पद्धतीचाही दुरुपयोग चालविलेला आहे. त्याला इलाज नाही. मात्र त्यामुळे पुनर्जन्म आणि ही उपचार पद्धती खोटी ठरत नाही. आपण तिचा उपयोग करण्यासाठी विश्वासार्ह तज्ज्ञापर्यंत पोहोचले की आपले काम होऊ शकते.

हे पुस्तक म्हणजे मानवी मनाच्या पूर्वजन्मातील आठवणींवर आधारित असे उत्खनन आहे. माणसाचे मन म्हणजे अथांग समुद्र. त्यामध्ये काय काय व किती

सामावलेले असेल, याचा पत्ताही कुणाला लागत नाही. मात्र काही ज्ञानी (आणि डॉक्टर नसलेल्या) लोकांनी स्वतःचेच काय; पण इतर कुणाचेही पूर्वजन्म उलगडून पाहण्याची विद्या अवगत केली आहे, असा दावा भारतात केलेला दिसतो. 'ध्यानावस्थेत' गेले की त्यांना कुणाचेही पूर्वजन्म कळतात, असे म्हणतात. हे कितपत खरे आहे, ते अनेकांना स्वानुभव आल्याशिवाय ठरवणे कठीणच. पण या पुस्तकात अशी विद्या अवगत झालेल्या विदुषीची उत्कंठावर्धक कहाणी आहे. एका सामान्य व हलाखीच्या अवस्थेतून स्वतः गेलेल्या एका स्त्रीचे एका संताच्या सान्निध्यात आल्यामुळे तशाच व्यक्तीमध्ये झालेले परिवर्तन, आणि ते झाल्यानंतरही तिच्या मनामध्ये उठणाऱ्या अनंत मनोतरंगांचे हे चित्रण आहे. तिला तिच्या पूर्वजन्माचे ज्ञान होते आणि शांत, स्वच्छ होऊ पाहणारे पाणी पुन्हा पुन्हा गढूळ होत राहते. ती इतरांनाही त्यांचे पूर्वजन्म दाखवून त्यांनाही अशांत करते. संत झाला, ज्ञानी झाला, तरी माणूस तो माणूसच राहतो. त्याचे अंतरंग त्यालाच ठाऊक असते. त्याची शांतता बाह्य आहे, की अंतर्बाह्य आहे, हे फक्त त्यालाच कळते. इतरांना महान उपदेश करणाऱ्या माणसांमध्येही भावनांचे उसळणारे निद्रिस्त ज्वालामुखी असतात, ते या पुस्तकात दिसतील. शेवटी माणूस स्वतःपासून स्वतःचे खोटे संरक्षण करू शकत नाही, म्हणजेच स्वतःला फसवू शकत नाही. म्हणूनच शांती ही मानवामध्ये बाहेरून आत जाऊ शकत नाही, तर आतच जागी व्हावी लागते. आणि कदाचित, या शांतीच्या महासागरातील पाण्याच्या वजनानेच त्याच्या तळातील ज्वालामुखींना, विझवलेल्या अवस्थेत कायमचे दाबून ठेवावे लागते. अस्वस्थतेपासून अशा शांतीच्या, आणि सांसारिक व अटळ अशा परिस्थितीजन्य दुःखांपासून समतोल साधण्याच्या मानवी मनाच्या सर्कसचे प्रभावी असे दर्शन या पुस्तकामध्ये मांडले गेले आहे. पुस्तकाची भाषा सहज-सुंदर आणि जिवंत अशी आहे. आशय अर्थपूर्ण आहे. सगळी पात्रे आपल्यालाही भेटलेली आहेत, असे वाचकांना सतत जाणवेल. पुस्तकात सादर झालेले प्रसंग अतिशय अकृत्रिम, भावनोत्कट आणि परिणामकारक आहेत.

या पुस्तकाच्या वाचनाने, अभ्यासाने, प्रत्येकाच्या मनाची कवाडे उघडतील; इतकेच नव्हे, तर स्वतःबाबत एक वेगळीच व विस्तृत अशी जाणीव प्रत्येकाला होईल. आपले अनेक पुनर्जन्म तर होणारच आहेत; परंतु, आपल्याला सध्या फक्त या जन्मातली भूमिका नीट जगायची आहे, हे ध्यानात येईल. हाच मानवी जीवनाचा खरा अर्थ आणि ते करतानाही, भूतकाळ आणि भविष्यकाळ हे आभास आणि वर्तमानकाळ हेच सत्य, हेसुद्धा सर्वांना समजेल. क्रिकेटच्या दीर्घ अशा मॅचमध्येही आपण एक एक चेंडूच खेळतो, तसेच काहीसे, हे पुस्तक वाचताना, वर्तमानकाळात घडणाऱ्या जागतिक, सामाजिकच नव्हे, तर साध्या कौटुंबिक स्तरावरील घटनांबाबतसुद्धा

आपण किती पराधीन असतो, याची जाणीव होईल. आणि म्हणून, आपल्या देहातील मर्यादित शक्तीचा योग्य विनिमय सर्वांसाठी कसा करता येईल, एवढाच एक नवीन व योग्य विचार या पुस्तकाच्या वाचनानंतर प्रत्येकाच्या मनात सुरू होईल.

या जन्मातली दुःखे, क्लेश, वेदना, आजार याचे मूळ गतजन्मात सापडू शकते; परंतु ते जाणून घेण्याची गरज नॉर्मल (सर्वसामान्य) माणसाला अजिबात नाही. पास्ट लाईफ रिग्रेशन (पूर्वजन्म अवलोकन) पद्धती ही हिप्नॉसिसची (संमोहन) पुढील पातळी असल्यामुळे, संमोहनाप्रमाणेच ते कुणावरही 'लादता' येत नाही; स्वसंमतीने करून घ्यावे लागते. हेही योग्यच आहे; अन्यथा, ते सर्वांवर लादून जाऊन सर्वांनाच पूर्वजन्माची (नको अशी) आठवण होऊन त्याचा भयानक परिणाम झाला असता. निवडक आजारी माणसांना मात्र या पद्धतीचा चांगला उपयोग होऊ शकतो; नव्हे झालेला आहे. पूर्वजन्म अवलोकन पद्धतीचा स्वतःवर व दुसऱ्यावरही गैरवापर करणारे (म्हणजे ते जरुरी नसताना करणारे) आहेतच; त्यांच्याकडे आपण फक्त दुर्लक्ष करावे.

एकंदरीत, माणसानं सध्याचा जन्म जरी जमेल तेवढा समजून घेतला, तरी मोठेच काम झाले. आपण एका कुटुंबाचा, समाजाचा, देशाचा, मानवतेचा, निसर्गाचा, आकाशगंगेचा, अनेक आकाशगंगांच्या समूहांचा एक छोटा भाग आहोत हे सत्य. आपण एकटे नाही आणि स्वतंत्रही नाही. तसेच, जगात 'परमेश्वर' अशी आपणास भेटू शकणारी शक्ती वा व्यक्ती नाही; ते आपण मानवांनीच वैश्विक अस्तित्वाला दिलेले नाव आहे. आपण स्वतःही याच वैश्विक अस्तित्वाचा एक भाग असल्यामुळे आपल्यातही परमेश्वर आहे, असे म्हणतात. मात्र आपण 'आहोत' ही जाणीव, आणि त्यासकट असलेला या क्षणाचा निसर्ग हे आपले 'सत्य अस्तित्व'. म्हणजे आपल्याला आपल्यासकट सर्वांचे, सर्व निसर्गाचे जीवन निभवायचे आहे. पर्यायाने, आपण जमेल तेवढा आपल्यासकट जगातील सर्व गोष्टींचा विचार करीत राहिलो, त्यांच्याबद्दल मनात आपुलकी ठेवून त्यांच्या भल्यासाठीही आपले विचार व कृती राखू शकलो, तरच आंतरिक शांतीचा अनुभव आपण घेऊ शकतो. यालाच मनाची तरलता म्हणता येईल. मानवी जीवनात तरी याहून अधिक मौलिक काय असावं!

हे एका नवीन विषयाला हात घालणारे सुंदर पुस्तक सौ. स्वाती चांदोरकरांनी लिहिल्याबद्दल त्यांचे पुन्हा एकदा अभिनंदन आणि त्यांच्या पुढील लिखाणासाठी शुभेच्छा!

– डॉ. विद्याधर गोपाळ ओक

एक

प्रवचन संपलं, तशी माँ प्रत्युज्ञांभोवती भक्तांचा गराडा पडला. कार्यकर्त्यांनी मानवी साखळी तयार करून माँ प्रत्युज्ञांना संरक्षण दिलं म्हणून भक्त काही अंतरावर राहिले. अन्यथा...!

हे चित्र जिथे जिथे माँ प्रत्युज्ञा जायच्या तिथे तिथे असायचंच. माँ प्रत्युज्ञांना नमस्कार करायला, त्यांच्या चरणांना स्पर्श करता यावा म्हणून भक्तांमध्ये अहमहमिका लागायची. पण कार्यकर्ते सावध असायचे. सर्व भक्तांना दुरूनच नमस्कार करत माँ आपल्या गाडीकडे जाऊ लागल्या. शांडिल्यने गाडीचं दार उघडलं. पुनःश्च सर्व भक्तांना नमस्कार करून माँ गाडीत बसल्या. शांडिल्यने दार लावलं, गाडीला वळसा घालून तो लतिफच्या शेजारी येऊन बसला आणि गाडी आश्रमाच्या दिशेने निघाली.

आत्मसिद्ध आश्रम! साताऱ्यापासून जवळच रहिमतपूर येथे वसलेला. शांत, निर्मळ परिसर. शहरापासून दूरही आणि तसा जवळही. आत्मसिद्ध आश्रम वसला नव्हता तोपर्यंत रहिमतपूरला तसा काही चेहरा-मोहरा नव्हता. पण या आश्रमाची स्थापना झाली आणि रहिमतपूरला माणसांचा पूर येऊ लागला. या पुराचं कारण, एकमेव कारण म्हणजे 'माँ प्रत्युज्ञा!'

सात दिवस प्रवचनं देत गावोगावी हिंडल्यावर आज माँ प्रत्युज्ञा आश्रमात परतून येत होत्या. आत्मसिद्ध आश्रमात पहाटेपासूनच त्यांच्या स्वागताची तयारी सुरू झाली होती. स्वच्छता रोजच्यापेक्षा काकणभर जास्तच होत होती.

आश्रमाचं भव्य दार! दार उघडल्याबरोबर समोर माँ प्रत्युज्ञांच्या गुरूंची, 'स्वामी दया' यांची भव्य मूर्ती. भव्य कपाळ, मनाचा वेध घेणारे डोळे, अगदी सजीव वाटावी अशी ती मूर्ती! इतकी सजीव की वाटावं कोणत्याही क्षणी ती मूर्ती बोलू लागेल, मंद स्मित देईल. स्वामी दयांच्या मूर्तीला कधीही हार घालायचा नाही, अशी माँची सक्त ताकीदच होती. स्वामी दया हयात आहेत अथवा नाहीत, हे कुणालाही माहीत नव्हतं. कदाचित माँनासुद्धा! एक तप झालं होतं, स्वामी दया हिमालयात जाऊन; तेव्हापासून त्यांची कोणतीही बातमी माँच्या कानांवर आलेली नव्हती. माँ प्रत्युज्ञांसाठी मात्र स्वामी दया आजही आहेत, कालही होते आणि उद्याही असणार

आहेत, अशीच त्यांची श्रद्धा होती.

मूर्तीच्या डाव्या अंगाने गेलं की, फुलांचे ताटवे जिथे लागत, तिथून भक्तनिवास सुरू होतो. बैठ्या खोल्या, अगदी एका रेषेत. मूर्तीच्या उजव्या अंगाने गेलं की साधना मंदिर, साधना मंदिराच्या शेजारी एक मध्यम आकाराचं सरोवर. सरोवराच्या मागे अभ्यासिका आणि त्यानंतर स्वयंपाकघर.

मूर्तीच्या बरोबर मागे आश्रमाचं मुख्य कार्यालय. कार्यालयाला लागून मोठं दालन आणि दालनाच्या मागे माँ प्रत्युज्ञांचं निवासस्थान. निवासस्थानाला लागून एक खोली, त्यांच्या खास सेविकेची.

माँ प्रत्युज्ञांची गाडी आत्मसिद्ध आश्रमाच्या भव्य दारातून आत आली. सेवकाने अगदी तत्परतेने दार उघडलं. माँ जशा गाडीतून उतरल्या तसा सेवकाने त्यांना वाकून नमस्कार केला.

"काय सेवका? सर्व ठीक? शुभम्. शुभम्!"

"कृपा आहे माँ. शुभम्!"

स्वामी दयांच्या मूर्तीसमोर माँ प्रत्युज्ञा क्षणभर डोळे बंद करून उभ्या राहिल्या आणि मग शिरस्त्याप्रमाणे मोठ्या दालनाकडे निघाल्या. तशी पद्धतच होती. कुठूनही बाहेरून आलं की प्रथम मोठ्या दालनात जायचं. भक्तगण, सेवक तिथे हजर असायचे. माँ एक छोटंसं प्रवचन द्यायच्या. मग पंधरा मिनिटं ध्यान. त्यांच्या गैरहजेरीत कुणी नवे भक्त आले असतील तर त्यांची माहिती, विचारपूस व्हायची. मग सर्वांना नमन करून माँ आपल्या निवासस्थानाकडे वळायच्या.

आजही तसंच झालं. ध्यानानंतर आलेले नवीन भक्त आपली माहिती देत होते. सर्वांची ओळख झाल्यावर माँनी शांडिल्यला विचारलं,

"शांडिल्य, आपल्याबरोबर आलेला तो मुलगा कुठे आहे?"

"आहे. इथेच आहे."

"त्यालाही आपली माहिती, ओळख द्यायला सांग."

"जी."

दालनाच्या एका कोपऱ्यात अंग चोरून तो बसला होता. आपल्याबद्दलच विचारलं जात आहे, हे त्याच्या लक्षात आलं. पण तो जागचा हलला नाही. भक्तांच्या, सेवक-सेविकांच्या गर्दीत तो पटकन शांडिल्यला दिसलाही नाही. काही क्षण त्याची वाट बघून माँ प्रत्युज्ञांनी सर्वांना नमन केलं. ती सभा संपल्याची खूण होती. सर्वांनी माँ प्रत्युज्ञांना नमन केलं आणि माँ प्रत्युज्ञा दालनाबाहेर पडल्या.

सखीने सर्व तयारी करून ठेवलीच होती. ऊन पाणी, चंदनाचा लेप, भिजवलेली शिकेकाई आणि स्वच्छ, धुलित वस्त्रं, सर्व काही तयार होतं. माँच्या सपाता स्वच्छ

धुवून ठेवल्या होत्या. माँ प्रत्युज्ञा निवासात आल्या तशी सखीने त्यांना वाकून नमस्कार केला.

"शुभम् शुभम्."

"शुभम् माँ."

"ठीक आहेस ना सखी?"

"कृपा माँ."

"सर्व तयारी झाली आहे?"

"जी माँ."

"ठीक. तू ये आता. काही लागलं तर आम्ही हाक मारू."

"शुभम् माँ."

"शुभम् शुभम्!"

सखी गेली तशी माँ प्रत्युज्ञांनी निवासाचं दार बंद केलं. अंगावरची शाल बाजूला केली आणि भव्य पलंगावर त्या जरा विसावल्या. मऊ, मुलायम गादी आणि त्यावरची मखमली चादर अंगाला सुखावू लागली. त्यांनी स्वत:ला गादीवर झोकून दिलं. तळवे मखमली चादरीचा स्पर्श अनुभवू लागले. तो स्पर्श अंगभर पसरू लागला. डोळे मिटून त्या स्पर्शाची मुलायमता त्यांच्या कणाकणात पसरू लागलेली त्या अनुभवू लागल्या आणि अचानक तो मुलायम स्पर्श खरखरीत झाला. तळव्यांना चटई टोचू लागली. अंगभर, कणाकणात शिरशिरी पसरली. त्यांना दरदरून घाम फुटला. ती काळोखी छोटीशी खोली त्यांच्या डोळ्यांसमोर उभी राहिली. निवासातला मंद सुगंध गायब झाला आणि एक दुर्गंधी पसरली. संपूर्ण अंगावरून कुणाचे तरी राकट काळे हात फिरू लागले. त्यांना ओरडायचं होतं, पण तोंड उघडता येईना. अंगभर शिसारी भरून राहिली आणि त्यांनी जीवाच्या आकांताने डोळे उघडले, पापण्यांवर असलेलं मणामणाचं ओझं कसंतरी झटकून टाकलं. पापण्या टक्क उघडल्या तेव्हा त्यांना आपण आपल्या आश्रमातल्या निवासात असल्याचं लक्षात आलं. त्यांनी एक दीर्घ श्वास सोडला. स्वत:ला सावरलं. मखमली चादरीचा स्पर्श हळुहळू पुन्हा मऊ मुलायम झाला. माँ प्रत्युज्ञा थकल्या. त्या तशाच कितीतरी वेळ पडून राहिल्या... पण आता डोळे मिटायची त्यांना भीती वाटू लागली.

"शुभम् सरदेसाई!"

"शुभम् शांडिल्य. कसा काय झाला प्रवास?"

"उत्तम! माँ येणार म्हटल्यावर सर्वत्र नुसता उत्साह होता. दिमाखदार स्वागत आणि भक्तांच्या रांगा."

"तसं तर होणारच! माँची ख्यातीच आहे तशी की त्या जिथे जिथे जातील, तिथे तिथे भक्तगण जमणारच. प्रवचनं कशी झाली?"

"उत्तम! काही वेगळंच ऐकायला मिळतं प्रत्येकवेळी!"

"रेकॉर्ड केलं आहे ना?"

"अर्थातच! चार-पाच दिवसांत करतो सगळी कामं आता. सीडी... वगैरे!"

"शांडिल्य, तो जो मुलगा आला आहे तुझ्याबरोबर?"

"हो, काही वेगळाच आहे तो. सरदेसाई तुम्हाला सांगतो, तो मुलगा माँच्या प्रत्येक प्रवचनास हजर होता. रोज वेगवेगळ्या ठिकाणी प्रवचनं होती, तरीही तो प्रत्येक ठिकाणी पोहोचायचा."

"इतक्या गर्दीत तू त्याला ओळखायचास?"

"मी? छेः! मला तर काही माहितच नव्हतं. तिसऱ्या दिवसाचं प्रवचन संपल्यावर माँनी त्यांच्या स्विटमध्ये बोलावून घेतलं. त्या म्हणाल्या की 'गेले तीन दिवस, एक मुलगा अगदी आमच्यासमोर बसतो आहे आणि पापणीही न लववता एकटक आमच्याकडे बघत असतो. आजही होता. शांडिल्य, उद्याही जर तो प्रवचनास आला तर आम्ही तुला सांगू. प्रवचन संपलं की तू त्याला बोलावून घे. त्याची विचारपूस कर. त्याची नजर काही वेगळीच आहे. मनाचा तळ शोधणारी!' आणि त्या म्हणाल्या त्याप्रमाणे मी त्याला चौथ्या दिवशी बघितलं. प्रवचन संपल्यानंतर बोलावून घेतलं आणि सरदेसाई, माँ म्हणाल्या तसा अनुभव मलाही आला. खरोखरच त्याची नजर आपल्या मनाचा तळ शोधते, आरपार जाते, असं वाटतं."

"तू बोललास त्याच्याशी?"

"बराच प्रयत्न केला. अनेक प्रश्न विचारले. पण तो गप्प एकटक बघत राहतो. बाकी काही बोलत वगैरे नाही. माँनी मला विचारलं त्याच्याबद्दल... शेवटच्या दिवशी मग माँनी स्वतः त्याला भेटायला बोलावलं, प्रवचनाच्या आधीच. त्या दोघांत काय बोलणं झालं, मला माहीत नाही. स्विटमध्ये दोघंच होते. प्रवचन सुरू होण्याअगोदर माँ मला म्हणाल्या,

"शांडिल्य, हा आपल्याबरोबर आश्रमात येईल. स्वामी संतोषांच्या गाडीत याला बसव. बाकी आश्रमात गेल्यानंतर बघू." मी 'जी' म्हणालो आणि तो इथे आला."

"स्वामी संतोष कुठे आहेत?"

"येतीलच आता. घरी जाऊन येतो असं म्हणाले."

"माँ येतील ना आता इथे?"

"हो. वेळ होत आलीच आहे."

"ध्यानाची तयारी करून येतो. साधना मंदिरात..."

"झाली आहे तयारी. ए.सी. लावला आहे. माईक वगैरे सर्व ठीक आहे. संतरज्या घालून झाल्या आहेत."

"बरं! चल तर!"

"सरदेसाई, इकडे सर्व ठीक ना?"

"ठीक आहे. तो शिंदे जरा त्रास देतोच आहे. पण ठीक आहे. मी घेतोच आहे काळजी."

"सरपोतदारांना भेटायचं का एकदा?"

"भेटू ना. त्यांनी ही आश्रमाची जमीन माँना दान केली आहेच. पण कागदोपत्री उल्लेखही करून देतील तसा."

"पण कधी?"

"काळजी नको. धार्मिक आहेत ते. सर्व व्यवहार नक्की पूर्ण करतील."

"लवकरात लवकर व्हायला हवं हे सरदेसाई! नाही तर शिंदे त्रास देतच राहिल. त्याला ही जमीन हवीच आहे. मॉल बनवणार आहे, असं ऐकून आहे."

"माझ्याही कानावर आलं आहे तसं. पैसा, पैसा हवा आहे सर्वांना. पण... माँ जे कार्य करत आहेत, ते पैशांनी करता येईल का? म्हणजे असं कार्य पैसा करू शकतो का?"

"खरं आहे! आपल्या या आश्रमातच किती निराधार माणसं आहेत..."

"आणि रोज नवीन येतच आहेत."

"मीही निराधारच आहे सरदेसाई..."

"शांडिल्य...! चल, ध्यानाची वेळ झाली."

"हं..."

साधना मंदिर प्रशस्त आहे. पांढरं शुभ्र! स्वच्छ! मातीचा कणही नसलेलं, इतकं लखलखीत! माँचं आसन एका भिंतीला लागून. आसनावर गादी आणि गादीवर पांढऱ्या मखमलीची चादर, तसेच लोड. आसनाच्या मागच्या भिंतीवर 'शुभम्' अशी अक्षरं, निळसर रंगात. मंद, शांत, निळ्या रंगाचे बारीक दिवे संपूर्ण छताला लावलेले आणि साधना मंदिराचा पांढरा शुभ्र डोम! गोलाकार डोम! ओंकाराचा आणि शुभम्‌चा मंत्रोघोष चालू असताना तो डोम प्रतिसाद देत राहतो. ओंकाराचा आणि शुभमचा स्वर भक्तगणांवर सुरांचा वर्षाव करत राहतो.

स्नान करून प्रत्येक भक्त पांढऱ्या रंगाची कफनी घालून साधना मंदिरात हजर होता. माँची वाट बघत ध्यानस्थ बसला होता. माँचा 'शुभम्' असा स्वर कधी ऐकू येतो याची उत्सुकता प्रत्येक भक्ताच्या चेहऱ्यावर दिसत होती आणि पायांचा आवाजही न करता माँ प्रत्युज्ञा साधना मंदिरात येऊन आसनस्थ झाल्या.

"शुभम् ऽ ऽ ऽ"

रोजच्याप्रमाणे आजही प्रत्येक भक्ताला माँ कधी आल्या, कधी आसनस्थ झाल्या हे कळलं नाही. त्यांच्या आतुरलेल्या कानांवर 'शुभम् ऽ ऽ' असा नाद पडला आणि तो गुंजला. तेव्हा प्रत्येक भक्त रोमांचित झाला. प्रत्येकाच्या मुखातून 'शुभम् ऽ ऽ' उमटू लागला आणि ध्यानाला सुरुवात झाली.

"आपण सगळेजण त्याची लेकरं आहोत. जो त्या ईश्वराला माता-पिता समजत नाही, तो ईश्वरापासून दूर जातो आणि मोहमायेच्या जंजाळात अडकतो. पाप-पुण्याच्या साखळीत स्वत:ला बांधून घेतो. पुण्याचा वाटा मग अगदी अल्पसा राहतो आणि पापाचा वाटा वाढत राहतो. त्याच कारणाने पुन:श्च जीवन-मृत्यूच्या फेऱ्यात अडकत राहतो. ईश्वराला माना. आपण त्याचीच लेकरं आहोत हे जाणून घ्या. ईश्वर तुम्हाला कधीही दूर लोटणार नाही. तुम्ही त्याच्यापासून कितीही दूर गेलात, तरी त्याची कृपा बरसतच असते. पण तुमचं लक्ष नसतं म्हणून ती बरसणारी कृपा तुम्हाला दिसत नाही. लक्ष द्या. म्हणजे तुम्ही सहजी त्याच्याजवळ जाऊ लागाल. पुन: पुन्हा लक्षात ठेवा. आपण सगळे, या पृथ्वीवरचा प्रत्येक जीवमात्र त्याचं लेकरू आहे. शुभम्... शुभम! आजचं ध्यान सफल संपूर्ण झालं. शुभम् ऽ ऽ!"

जराही आवाज न करता सर्व भक्त साधना मंदिरातून बाहेर पडले. माँ प्रत्युज्ञा मात्र तिथेच बसून राहिल्या, गोलाकार साधना मंदिराकडे, वरच्या डोमकडे नजर गोलाकार फिरवत! त्यांच्या मनात कल्लोळ होता. आज ध्यानही नीट झालं नाही, हे त्यांना जाणवत होतं. 'कसली ही अस्थिरता? का आठवावं आज आपल्याला आपलं गतजीवन? किती मागे टाकून आलो आहोत आपण सर्व काही. अगदी निकरानं. सुरुवातीला भीती वाटायची. स्वामी दयांची साथ असूनही घाबरायला व्हायचं. झोप लागायची नाही. स्वामी दयांनी खरोखरच दया, कृपा केली आपल्यावर. तडफडत राहणाऱ्या या कमलला प्रत्युज्ञा केलं. इतकंच नाही तर, त्यांची लेकच झालो आपण. आपल्या सारख्या इतक्या सामान्य स्त्रीवर त्यांची कृपा दृष्टी का? आणि हा प्रश्न आज का मनात येतो आहे?'

माँ प्रत्युज्ञा विचारांच्या, प्रश्नांच्या भोवऱ्यात अडकत राहिल्या. कुठेतरी काहीतरी हलल्याचा भास माँ प्रत्युज्ञांना झाला. तसं त्यांचं विचारचक्र थांबलं.

"कोण?"

.....

"कोण आहे?"

....

"सेवक ऽ ऽ" माँची हाक ऐकून साधना मंदिराच्या दरवाजाशी उभा असलेला

सेवक आत आला.

"जी माँ ऽ ऽ"

"दिवे लाव."

"जी."

निळसर प्रकाश शुभ्र पांढऱ्या दिव्यांपुढे मिटून गेला. साधना मंदिर प्रकाशमय झालं. तसा दूरवर भिंतीला टेकून बसलेला तो मुलगा दिसला.

"तू गेला नाहीस?"

"अं?"

"ये, इथे ये. सेवका, तू जा. काही हवं असल्यास आम्ही सांगू."

"जी."

थोडासा गोंधळलेला, बावरलेला तो माँ प्रत्युज्ञांसमोर येऊन उभा राहिला.

"बैस."

"जी."

"नाव काय तुझं? आता खरं बोलायचं. स्पष्ट! त्यादिवशी फक्त रडत राहिलास. आज रडायचं नाही."

"मला शागीर्द म्हणतात."

"शागीर्द? हे नाव?"

"हो. अब्बाजी शागीर्द म्हणूनच हाक मारायचे."

"अब्बाजी? तुझे वडील?"

"नाही. मला माहीत नाही माझे वडील कोण आहेत. आहेत की नाहीत, हेही माहीत नाही."

"मग अब्बाजी कोण? खरं खरं सांग, स्पष्ट..."

"मी नेहमीच खरं बोलतो."

"अं?"

"मी नेहमीच खरं बोलतो आणि स्पष्टही बोलतो."

"चांगलं आहे. माणसांनी असंच असावं."

"तुम्हीही नेहमी खरंच बोलता?"

"शागीर्द ऽ ऽ!"

"भावनेवर नियंत्रण हवं, असं तुम्ही त्यादिवशी एका प्रवचनात सांगितलंत."

माँ प्रत्युज्ञा गप्प झाल्या. आजतागायत त्यांना असं कुणी विचारलं नव्हतं. त्यांनी शागीर्दकडे बघितलं. तोही त्यांच्याकडेच बघत होता. त्याची नजर झेलणं माँना शक्य होईना.

"तू जा आता शागीर्द."

"कुठे जाऊ?"
"तुझ्या खोलीत. आपण नंतर बोलू कधी."
"जी."
"शुभम्"
"शुभम्... असं नेहमी म्हणायचं?"
"होय."
"का? शुभम् म्हणून सर्व शुभ होतं?"
"जा तू शागीर्द आता."
"जी."

माँ प्रत्युज्ञांना नमस्कार न करताच शागीर्द साधना मंदिराबाहेर पडला. सेवक आत आला.

"सेवक, दिवे बंद कर सगळे. आम्ही अजून काही वेळ इथेच बसणार आहोत."

"जी. पण सखी आली आहे बाहेर. माँनी अजून फलाहारही घेतला नाही आहे."

"तिला आमच्या निवासात पाठव. आम्ही तिथे जाऊ काही कालाने."

"जी माँ, शुभम्."

"शुभम्..."

शुभम् म्हणून सर्व शुभ होतं? हा प्रश्न माँ प्रत्युज्ञांच्या मनात घोळत राहिला. एकवीस-बावीस की पंचवीस? कुणास ठाऊक? पण निदान तेवढं वय असलेला एक मुलगा इथे येतो आणि आपली चित्तवृत्ती अस्थिर करतो, याचा माँ प्रत्युज्ञांना त्रास होत होता. 'कोण आहे हा? मी खरं बोलते का, असं विचारूच कसं शकतो? भारतात, भारताबाहेर इतके भक्त आहेत माझे, माझ्या दर्शनासाठी अधीर असणारे, माझे दोन शब्द कानांवर पडावेत म्हणून पाच-पाच तास आधीच प्रवचनाच्या ठिकाणी ताटकळत बसणारे, पैशांचा, दागिन्यांचा, साड्यांचा पाऊस पाडणारे... आणि हा एवढासा पोर मला विचारतो, मी खरं बोलते का म्हणून? त्याची नजर पेलवत नाही. का बघतो हा असा? कोण आहे हा? कोण? स्वामी दया, मला माझ्या प्रश्नांची उत्तरं हवीत. मी गतजन्म बघू शागीर्दचा? की माझा बघू?'

आश्रमात दिवस संपल्याची घंटा वाजली. आता सर्व सिद्ध होतील निजण्यासाठी. आत्मसिद्ध आश्रम आता निवांत होईल. माँ प्रत्युज्ञा भानावर आल्या. त्यांना त्यांच्या विचारांचं हसू आलं. एक एवढासा पोर आश्रमात येतो काय आणि एक-दोन प्रश्न विचारतो काय, नि आपण इतके अस्थिर होतो? त्याचं त्यांना हसू आलं. माँ

प्रत्युज्ञांनी आपली शाल सारखी केली. पायात मखमली सपाता चढवल्या आणि मंदपणे त्या साधना मंदिरातून बाहेर आल्या.

सेवकाने साधना मंदिरातले छताचे सर्व निळे दिवे बंद केले. ए.सी. बंद केला. आता केवळ पांढऱ्या स्वच्छ भिंतीवरची 'शुभम्' ही निळसर अक्षरं प्रकाशित होत राहिली. सेवकाने साधना मंदिर बंद केलं आणि तो माँ प्रत्युज्ञांच्या मागोमाग चालत राहिला त्यांच्या निवासापर्यंत...

"शुभम् माँ."

"शुभम् सेवका, जा तू आता."

सखीने आणलेला फलाहार आणि दूध घेऊन माँ प्रत्युज्ञांनी सखीलाही जायला सांगितलं.

"शुभम् माँ."

"शुभम् सखी..."

माँ प्रत्युज्ञा विसावल्या. 'होय. आपणही खरंच बोलतो आणि शुभम् म्हणून सर्व शुभच होतं. जे जे घडतं ते शुभ होण्यासाठीच. उद्याच्या ध्यानाच्या प्रवचनात हे सांगायला हवं. शागीर्द, तुला तुझ्या प्रश्नाचं उत्तर उद्या मिळेल.'

माँ प्रत्युज्ञा शांत झाल्या. त्यांचा हलकासा अहंकार या विचारांनी शमला. मऊ मुलायम गादीवर त्या शांत झोपेत बुडून गेल्या. अगदी शांत!

दोन

विनायक सरदेसाई रहिमतपूरमधली बडी असामी. संपूर्ण गाव त्यांना मान द्यायचं. प्रत्येकाच्या अडीअडचणीला ते धावून जायचे. प्रेमळ. माँ प्रत्युज्ञा जेव्हा पहिल्यांदा साताऱ्याला प्रवचनासाठी आल्या तेव्हा योगायोगाने विनायक सरदेसाई साताऱ्यात होते. संध्याकाळ मोकळी होती, म्हणून ते प्रवचनाला गेले. माँ प्रत्युज्ञांचं प्रवचन ऐकून फार प्रभावित झाले आणि मग जेव्हा संधी मिळेल तेव्हा तेव्हा ते माँ प्रत्युज्ञांच्या प्रवचनास हजर राहू लागले. भेटी होत राहिल्या आणि त्या भेटींतूनच आश्रम स्थापन करण्याची कशी आवश्यकता आहे, हे चर्चिलं गेलं.

सरदेसाई सांगत आहेत, त्याअर्थी माँ प्रत्युज्ञांच्या आश्रमास जागा द्यावी असा विचार जमीनदार सरपोतदारांनी केला. आश्रम स्थापणं योग्य असेल याची त्यांना खातरी वाटली आणि सरदेसाईंच्या सांगण्यावरूनच सरपोतदारही काही प्रवचनांस जाऊन आले. माँ प्रत्युज्ञा जनतेची सेवा करू इच्छितात, वैचारिक, अध्यात्मिक पिढी घडवू इच्छितात! उद्देश चांगला असेल तर मदतीचे हात धावून येतात. जमीनदार सरपोतदारांनी, त्यांची रहिमतपूरच्या वेशीवरची पडीक जमीन आश्रमासाठी दान केली.

एक कथा आहे. मदर तेरेसा एका गावात गेल्या होत्या. गाव अगदी गरीब होतं. गावात एक छोटंसं, पडकं चर्च होतं. मदर तेरेसांना वाटलं की या चर्चच्या ढासळलेल्या भिंती नव्याने उभारायला हव्यात. इतकंच नाही तर भव्य चर्च तयार व्हायला हवं. अख्खं गाव मदर तेरेसांना बघायला, त्यांचे दोन शब्द ऐकायला जमलं होतं चर्चपाशी. मदर तेरेसा म्हणाल्या, ''इथे आपण भव्य चर्च बांधू. सर्वांनी त्यांना जमेल तशी मदत करा.'' लाखो रुपये लागणार होते आणि गाव भिकारी होतं. कुणीतरी विचारलं, ''पैसे कुठून येणार?'' मदर तेरेसांनी आपल्या जवळचे दोन रुपये पुढे केले, ''हे मी दोन रुपये देत आहे. इतकेच आहेत माझ्याजवळ.'' ''दोन रुपये? त्याने काय होणार?'' ''इथे मोठं, भव्य चर्च व्हावं ही 'त्या'ची इच्छा. दोन रुपयांनी सुरुवात करू. पुढे 'तो' बघून घेईल.'' आणि खरंच त्या गावात भव्य चर्च उभं राहिलं.'

आत्मसिद्ध आश्रमाचंही असंच काहीसं झालं. जमीन मिळाली, पण आश्रम उभा

कसा राहणार?तो उभारावा ही सुद्धा 'त्या'चीच इच्छा असणार. दोन-तीन वर्षांतच आश्रमाला रूप आलं आणि पुढल्या अजून दोन-तीन वर्षांत आत्ता दिसणारा आत्मसिद्ध आश्रम उभा राहिला.

आत्मसिद्ध आश्रमापासून विनायक सरदेसायांचं घर दीड-दोन फर्लांगावर! चालत यायचं, चालत जायचं हा त्यांचा कटाक्ष! आत्ताही ते आत्मसिद्ध आश्रमापासून आपल्या वाड्यात जायला चालत निघाले.

विभावरी विनायक सरदेसाई वाड्यात एकट्याच होत्या. रात्रीचे दहा वाजून गेले होते आणि सरदेसाई अजून घरी पोचले नव्हते. त्या काळजीत होत्या. अंगणातल्या झोपाळ्याच्या साखळ्यांचा करकर असा आवाज फक्त सोबत करत होता. चंद्रकोर मात्र फार देखणी दिसत होती. रातराणीचा मंद सुगंध अंगणभर पसरला होता. सरदेसाईंची वाट बघताबघता विभावरी सरदेसाईंचा डोळा लागला.

फाटकाचा आवाज झाला तशी त्यांची झोप उघडली.

"किती उशीर?"

"हं."

"हं काय नुसतं? किती वाजलेत बघितलंत?"

विनायक सरदेसाईंनी चपला काढल्या. अंगणात ठेवलेल्या दगडीतून पाणी घेऊन पाय धुतले. तोंडावर पाण्याचा सपकारा मारला. रुमालाला तोंड पुसत ते झोपाळ्यावर विभावरी बाईंच्या शेजारी बसले.

"जेवली नसशीलच!"

"जेवले."

"खोटं."

"माहित आहे तरी विचारताय?"

"मी तुला सांगतो ना नेहमी की जेवून घेत जा."

"का झाला उशीर?"

"माँ परतल्या आज दौऱ्यावरून."

"हं."

"त्यांच्याबरोबर आज एक मुलगा आला आहे. त्याची सोय करायची होती. वेळ गेला त्यातच!"

"तो आश्रमातच राहणार?"

"तसंच दिसतंय."

"किती मोठा आहे तो?"

"अंदाजे असेल वीस-बावीस वर्षांचा."

"इतका लहान? संन्यासी?"

"संन्यासी नाही."

"मग?"

"अजून नीट काही कळलं नाही त्याच्याबद्दल. पण दिसायला छान आहे. गोरापान, दाट केस, निळसर करडे डोळे, वेगळीच चमक आहे डोळ्यांत. बोलत नाही जास्त. घुमाच वाटतो."

"असं?"

"हो ना. त्याच्या राहण्याची व्यवस्था करत होतो तेव्हा विचारले काही प्रश्न मी. पण उत्तर? दिलं तर दिलं नाही तर नाही. एका वस्त्रानिशी आला आहे. काहीही सामान नाही त्याच्यापाशी. रोज माँचं प्रवचन ऐकण्यासाठी येत होता म्हणे. आणि शेवटच्या दिवशी माँनी विचारलं, आश्रमात येतोस? तर हो म्हणाला आणि आला."

"नाव काय त्याचं?"

"शागीर्द!"

"मुसलमान?"

"जात नाही. नसतेच जात. असतो केवळ माणूस."

"जाती असतातच आणि त्या राहणारच. तुमच्या माँने सांगितलं म्हणून काय जाती नष्ट होणार आहेत? ती ढीग सांगेल की जात नसतेच... पण 'जात' असते."

"राहू दे गं. कशाला वाद?"

"मी सत्य सांगते."

"बरं, राहिलं. जेवायचं ना?"

"मुसलमान आहे?"

"नाही माहीत. असं ऐकलंय की तो एकटाच आहे."

"हिंदी बोलतो?"

"नाही. शुद्ध मराठी बोलतो."

"मग कसला मुसलमान?"

"हो. नाही तो मुसलमान – झालं समाधान? जेवायचं आता?"

"चला."

"विभावरी कसला विचार करतेस?"

"असाच."

"बोलावं. बोल."

"तुम्ही म्हणाल, पुन्हा तेच."

"नाही म्हणणार."

"लोकांना मुलं होतात. आपल्या मुलाना जे नीट सांभाळतात त्यांचं ठीक आहे. पण जे मुलं नीट सांभाळत नाहीत, रस्त्यावरून टाकून देतात, अशा माणसांना देव मुलं देतोच का?"

"भोग असतात त्या आई-वडिलांचे जे मुलं सोडून-टाकून जातात आणि त्या मुलांचेही, ज्यांना टाकलं जातं."

"आपल्याला मूलच नाही. हेही आपलेच भोग?"

"हो."

"का असं?"

"पूर्व जन्मांचे..."

"पूर्वजन्म?"

"हो. अनेक मागचे जन्म! सर्व साठत जातं कर्म आपलं आणि ते कर्मांचं गाठोडं घेऊन आपण येतो पुन्हा नव्या जन्मात!"

"तुम्हांला हे सर्व खरं वाटतं?"

"होय."

"माँ मुळेच ना?"

"त्यांनाच का तू जबाबदार धरतेस? आणि त्या तरी कुठे काय नवीन सांगतात? शतकानुशतकं जे सगळे सांगत आले आहेत, तेच त्या सांगतात."

"मग तिच्यात असं काय खास आहे?"

"खास? ज्ञान आहे. त्यानुरूप वर्तन व्हावं अशी तळमळ आहे. नुसतं ज्ञान तुला सर्वत्र दिसेल. त्यावर चर्चासत्रं घडत राहताना बघशील. पण त्यानुसार आचरण फार क्वचित दिसेल. तसं आचरण माँ मध्ये दिसतं."

"मग त्यात इतकं कौतुक का?"

"कौतुक एवढ्याचसाठी की 'आचरणात आणणं' ही फार मोठी गोष्ट आहे. पैशांचा मोह नाही. 'मला नमस्कार करा' अशी अपेक्षा नाही. मानसन्मानाची हाव नाही."

"हं!"

"तू काहीतरी वेगळं बोलत होतीस."

"मला शागीर्दला भेटायला आवडेल."

"हे काय नवीनच?"

"असंच. उत्सुकता वाटली."

"विभा, मनात काय आहे तुझ्या?"

"टाकून दिलेलं मूल कसं असतं? हे बघायचं आहे."

"विभा."

“फार एकटं वाटतं हो. हा एवढा मोठा वाडा खायला उठतो. विमल असते सोबतीला, पण...”

“विभा, समजतो मी सगळं...”

“तुम्ही असता बाहेर. मन रमवता तुमचं. पण माझं काय?”

“तू ये ना आश्रमात...”

“ते मला जमणार नाही. मला ती बाई ढोंगी वाटते.”

“अनुभव न घेताच बोलतेस.”

“तुम्हांला आलाय ना अनुभव?”

“होय.”

“कसला?”

“आपल्याला मूल का नाही, याचं उत्तर मिळालंय मला!”

“हो? सांगा मला पण.”

“तुझा विश्वास नाही तर...”

“तरीही सांगा.”

“माँ प्रत्युज्ञांनी एकदा मला माझ्या गतजन्मात नेलं होतं.”

“गतजन्म?”

“होय. आणि मी माझा तो जन्म बघितला. आपणच होतो दोघंजण... पण आपल्या हातून... नाही, नाही सांगू शकत.”

“तुम्ही हे सर्व खरं मानलंत?”

“तू ही मानशील जर तू स्वत: बघितलंस तर!”

“नाही बघायचं मला काही. मूल नाही हे मी मान्य करेन. केलंच आहे. कधी कधी एकटं वाटतं. ही संपत्ती, हा वाडा सर्व अर्थहीन वाटतं. पण... ठीक आहे. मी कर्मनिष्ठ आहे. मला गतजन्म वगैरे समजत नाही. कर्म म्हणजे कार्य-काम मी करत राहिन. ही बघा, मी आता अगदी शांत आहे. अगदी शांत.”

विभावरी विनायक सरदेसाई खरोखरच शांत झाल्या आणि विनायक सरदेसाई मात्र अस्वस्थ झाले. त्यांना ती दुपार नजरेसमोर स्पष्ट दिसू लागली.

माँ प्रत्युज्ञा सकाळच्या ध्यानानंतर मुख्य कार्यालयात आल्या होत्या. सरदेसाई, शांडिल्य, मानव आणि सेवक सगळेच कार्यालयात होते. मानवच्या मुलाची प्रकृती बरी नव्हती म्हणून तो चिंतित होता. माँ प्रत्युज्ञा त्याला अंगारा देत होत्या.

“मानव, काळजी घे. दोन दिवस कार्यालयात नाही आलास तरी चालेल.”

“येईन मी माँ. आता हा अंगारा मिळाला आहे, कुमार लगेचच बरा होईल. मला

खात्री आहे.''

''मुलांची आबाळ होता कामा नये. मुलं म्हणजे – त्याचंच देणं आहे ते. ईश्वर प्रसन्न होतो आणि दान ओटीत टाकतो.''

''आणि ज्यांना हे दान मिळत नाही त्यांनी काय करायचं माँ?''

''सरदेसाई, त्यालाही काही कारणं असतात.''

''ती कशी समजणार? कसं विचारायचं ईश्वराला की दानाला आम्ही पात्र का नाही?''

''तुम्हांला विचारायचं आहे सरदेसाई?''

''होय माँ.''

''चला, विचारूया.''

''आत्ता?''

''हो, आत्ताच.''

''जी माँ.''

''कुमार, तू जा घरी आता. शांडिल्य सांभाळेल तुझं काम.''

''जी माँ, आज्ञा. शुभम्...!''

''शुभम्...''

साधना मंदिराला लागून जरा मागच्या बाजूला एक खोली आहे हे आश्रमात सर्वांनाच माहित आहे. पण त्या खोलीत माँ प्रत्युज्ञांच्या शिवाय कुणीही जायचं नाही, असा दंडक आहे. माँ प्रत्युज्ञा त्या खोलीच्या दिशेने निघालेल्या बघून सरदेसाईंना आश्चर्य वाटलं होतं.

''या सरदेसाई.''

''जी.''

खोलीचं दार माँ प्रत्यज्ञांनी उघडलं आणि सरदेसाई आत गेले. त्या खोलीत त्यांना काहीतरी वेगळं वाटलं. गूढ! गूढ वातावरण! ते मध्येच थबकले. ''बसा सरदेसाई.''

''जी.''

खोलीच्या मध्यभागी जाड जाजम अंथरलेलं होतं. त्यावर सुबक रेशमी कलाकुसर असलेली चादर अंथरलेली होती. ती चादर लाल रंगाची होती. जाजमाच्या बाजूला फुलदाणी होती. अगदी ताजी फुलं तीत होती. ही खोली जर माँ प्रत्युज्ञांची, तर मग ही फुलं कुणी ठेवली? कुणाला आज्ञा आहे ही?

''सरदेसाई, तुमच्या सर्व प्रश्नांची उत्तरं देऊ आम्ही. या खोलीचं नाव 'समाधान'.''

''माँ...!''

''काही खास कारणासाठी ही खोली तयार केली गेली आहे, हे आश्रमातल्या प्रत्येक व्यक्तीस माहीत आहे. पण या खोलीत असं काय खास असतं, याचा अनुभव तुम्ही आज घेणार आहात. मात्र एक अट आहे की, इथे जो काही अनुभव येईल तो तुम्ही तुमच्यापाशीच ठेवाल. कुठेही वाच्यता होणार नाही याची.''

''जी.''

''कारण प्रत्येकाचा अनुभव हा ज्याचा-त्याचा स्वतंत्र असतो. तुमचं अनुभवकथन ही दुसऱ्यासाठी एक कहाणी बनते आणि 'गोष्ट' म्हटलं की सत्य-असत्य, विश्वास-अविश्वास असे खेळ सुरू होतात. तुम्ही कितीही सांगितलंत की तुमची गोष्ट सत्य आहे, तरीही ऐकणाऱ्याला ती सत्य वाटेलच असं नाही. मग ऐकणारा ती गोष्ट अजून कुणालातरी ऐकवतो आणि ऐकवताना त्यात त्याचेही एक दोन अनुभव – काही वाक्यं जोडत जातो. गैरसमज-अफवा अशाच तयार होतात. म्हणूनच साधू-संतांबद्दल विश्वासापेक्षा शंका-अफवा जास्त तयार होतात आणि मग त्यांच्या संत असण्यावर साशंकता निर्माण होते.''

''जी.''

''तयार आहात सरदेसाई?''

''पण...''

''आज मी तुम्हांला तुमच्या गतजन्मात घेऊन जाणार आहे.''

''काय?''

''होय. तुम्हांला तुमच्या प्रश्नाचं उत्तर तिथेच मिळेल.''

''पण...''

''काळजी करू नका. ही फुलं ठेवली आहेत. त्यांचा मंद सुगंध तुम्हांला येत असेलच. इथे या जाजमावर पडा. आता मी सांगते तेवढंच करत जा. पूर्ण विश्वासाने. संभ्रम नको. अनिश्चितता नको. केवळ विश्वास हवा! शांत... शांत... शांत... शुभम्...! डोळे मिटा. अगदी सहज. पापण्या घट्ट नकोत. कपाळ आठ्यारहित... संपूर्णत: ताणरहित... सोडून द्या शरीराला. हात-पाय-पाठ-पोट-बोटं... सगळं शिथिल करा. अजून शिथिल – अजून शिथिल. एक खोलवर श्वास घ्या. श्वास सोडा... हा सुगंध भरभरून घ्या आणि आता या सुगंधाचा हात धरा. त्या सुगंधाच्या रेषेवरून मागे जा – अजून मागे – खूप मागे – तारुण्य – कुमारअवस्था – आता अजून मागे जा – बाल्यावस्था – अजून मागे – अर्भक – अजून मागे – आईच्या उदरात – अजून मागे – तो सुगंधाचा धागा तुम्हांला मागे नेतोय – जा – जा – तुटला हा जन्म – आता तुम्ही इथे नाही आहात. त्या सुगंधाचं बोट धरून तुम्ही गेला आहात. मागच्या कुठल्या तरी जन्मात – गेला आहात ना? नीट बघा. काय दिसतंय?''

"हो. गेलो आहे. दिसतंय – मला दिसतंय एक घर."

"कसं आहे?"

"छान आहे, छोटं आहे. पण स्वच्छ आहे."

"अजून काय दिसतंय?"

"गाव आहे एक. अगदी गरीब आहेत गावातली माणसं. मी सुद्धा."

"बघताय तुम्ही स्वतःला?"

"हो."

"ओळखता येतंय की ते तुम्हीच आहात?"

"होय."

"पुढे?"

"गरीब माणसं. लाकडं तोडायची, फोडायची, विकायची. बांबूच्या वस्तू बनवायच्या, विकायच्या. थोडी फार शेतीही दिसत आहे. पण फारच कमी पिकलेली शेतं. मी घरात जातोय. नुकतंच लग्न झालंय माझं."

"पुढे?"

"पूर आलाय. गाव पाण्याखाली जातंय. सगळे धावतायत, पण जाणार कुठे? माणसंच्या माणसं, गुरं वाहून जातायत. मी वाचलो, माझी बायको आणि मला एक मूलही आहे. नुकतंच जन्मलेलं. मुलगा आहे की मुलगी? नीट कळत नाही. आई-वडील, भाऊ सगळे वाहून गेले. मी जीवाच्या आकांताने त्यांना धरण्याचा प्रयत्न करतोय, पण ते गेले. मला नाही वाचवता आलं त्यांना."

"रडू नका. शांत व्हा. अजून काय दिसतंय?"

"कोणतं तरी शहर. मी, माझी बायको, पोरगं. शहर? अवाढव्य! माणसंच माणसं. तिथे घाबरायला होतंय. त्या माणसांची भाषा समजत नाही आहे. खूप भूक लागली आहे. पोरगं भुकेनं रडूनरडून निपचित झालंय. आता एक पाऊलही टाकता येत नाही आहे."

"मग? काय करताय?"

"जेवतोय. भरपूर अन्न! अगदी अधाशासारखं जेवतोय आम्ही."

"पोट भरलं?"

"हो. पण... पण...!"

"काय झालं?"

"माझं पोरगं..."

"रडू नका. सांगा. काय झालं?"

"कुणी तरी नेलं."

"नेलं? पळवलं?"

"नाही ऽ ऽ! नेलं कुणीतरी. बायकोच्या फाटक्या, मळक्या पदरात पैसे दिसत आहेत. खूप नोटा – अनेक नोटा... गेलं पोरगं माझं, आमचं."

"सरदेसाई ऽ ऽ!"

"आम्ही दोघं हताश... फक्त हात धरून बसलो आहोत एकमेकांचा आणि दुसऱ्या हातात – नोटाच नोटा...!"

सरदेसाईंनी नकळत आपले हात झटकले. ते थरथरू लागले. 'जगण्यासाठी चक्क स्वत:च्या मुलाला विकलं होतं आपण! हातात मावणार नाही एवढा पैसा मिळाला होता. न जाणो कुठला जन्म होता तो! आणि आजही हातात मावणार नाहीत एवढ्या नोटा आहेत, पण तरीही ओंजळ रिकामीच आहे. विभावरी, तूच होतीस तेव्हा. त्या जन्मातही माझी पत्नी. आपल्या दोघांनाही हा जन्म निपुत्रिक म्हणूनच घालवावा लागणार. ते मूल त्या जन्मात जगलं का नंतर? आपण जगलो का? कसे? पुन्हा आपल्याला त्या जन्मात मूल झालं का? या प्रश्नांची उत्तरं आत्ताही माझ्याकडे नाहीत आणि आता ती नकोही आहेत. विभावरी, सर्व तपासण्या केल्या आपण. दोघंही निर्दोष आहोत. तरीही आपल्याला मूल नाही. का? याचं उत्तर शास्त्र देऊ शकत नाही. कोणत्याही डॉक्टरांकडे या 'का?'चं उत्तर नाही. पण माझ्याकडे उत्तर आहे. आपल्या मुलाला आपण विकलं. कसं होणार मग मूल आपल्याला? जेव्हा दिलं तेव्हा नाकारलंस, मग आता का देऊ? असा प्रश्न ईश्वर मला वारंवार विचारतो. आणि मी 'खरं आहे तुझं ईश्वरा ऽ ऽ' असं म्हणून गप्प राहतो. विभा ऽ ऽ... आपण दोघं आहोत जबाबदार... दोघंही...'

विनायक सरदेसाई गदगदून रडू लागले. झोपाळ्याच्या साखळीच्या कुरकुरण्यात त्यांचे हुंदके विरत गेले.

तीन

'माणूस नेहमी खरं बोलतो का? नाही. फार क्वचित माणसं खरं बोलतात. कायम खरं बोलणारी माणसं मोजायची झाली तर अगदी हजारांत एखादा माणूस सापडेल. नित्य सर्व पालक आपल्या मुलांना खरं बोलाण्याचे धडे देत असतात आणि तेच पालक आपल्या मुलांसमोर राजरोस खोटं बोलतात. मुलांनाही चांगली समज असते. त्यांना आपल्या आई-वडिलांचा खोटेपणा समजतो, पण त्यांना तसं बोलून दाखवता येत नाही. कारण तसं जर मुलं बोलली तर ते आई-वडील मुलांना ओरडायला, मारायला कमी करणार नाहीत. असत्य म्हणजे नक्की काय? आणि सत्य म्हणजे तरी नक्की काय? आजचं सत्य उद्या असत्य होऊ शकतं आणि कालचं असत्य, आज सत्य होऊ शकतं. जे जे काही मानवनिर्मित आहे ते एकाच वेळेस सत्य आणि असत्यही आहे. चिरकाल सत्य एकच, तो ईश्वर! असं म्हणतात की दुसऱ्याचं भलं होण्यासाठी जर असत्य बोललं गेलं, तर ते सत्य असतं, तितकंच पवित्र असतं. पण माणसं या भल्याच्या नावाखाली असत्याला जवळ करत राहतात. आपल्या असत्यावर पांघरुण घालतात. पण लक्षात ठेवा, हे पांघरुण विरायला वेळ लागत नाही. असत्य उघडं पडेल आणि शेवटी सत्यालाच शरण जावं लागेल. मग असं जर आहे तर शेवटापर्यंत वाट का बघायची? सुरुवातीलाच सत्य का नाही स्वीकारायचं? विचार करा. निवड तुम्हालाच करायची आहे. शुभम्...'

माँ प्रत्युज्ञांनी सर्वांना नमस्कार केला. घंटा वाजली. प्रवचन संपल्याची ती खूण होती. प्रवचन ऐकण्यासाठी गावातली मंडळी आली होती. ती एक-एक करून निघून गेली. भक्तही गेले. सखी माँ प्रत्युज्ञांच्या अंगावरची शाल नीट करत होती. साधना मंदिरातल्या बैठकीवरून माँ प्रत्युज्ञा उठल्या आणि त्यांना समोर शागीर्द दिसला. एकटक बघणारा. माँ प्रत्युज्ञा बेचैन झाल्या.

"शागीर्द, तू गेला नाहीस?"

"जी जातो."

"सर्व ठीक आहे ना? तुझी राहण्याची व्यवस्था... भोजन..."

"छान आहे."

अजूनही शागीर्द तसंच बघत होता.

"काही विचारायचं आहे?"

"हो."

"विचार."

"ज्यांना कुणीही नाही, ज्यांना आपले जन्मदाते माहीत नाहीत. कुणी शिकवणारं, प्रेम करणारं, रागावणारं नाही, अशांना सत्य-असत्य कसं काय समजणार? अशांना एकच समजतं – भूक!"

"खरं आहे."

"मग?"

"शागीर्द, असतात अशी मुलं. स्वतःच्या प्राक्तनांमुळे त्यांना त्यांचे भोग भोगावे लागतात."

"माझंही तसंच आहे?"

"असेल. पण त्याचा आत्ता विचार कशासाठी?"

"मग कधी करू विचार?"

"आम्ही सांगू तुला."

"कधी?"

"लवकरच. जरा आश्रमात समरस हो. इथे खूप कामं आहेत. तुला आवडेल ते काम करू लाग. तुझं मन रमेल आणि तू शांतही होशील."

"करेन."

"छान! उद्या शांडिल्यला भेट. आम्ही शांडिल्यला तसं सांगून ठेवू."

"जी."

"शुभम्..."

"शुभम्? पण खरंच शुभम्..."

"होय. खरंच शुभम् होतं. पण पुन्हा हे आपल्या मानण्यावर आहे."

"म्हणजे?"

"उद्या सांगू आम्ही. ठीक?"

"शुभम्..."

"शुभम्..."

माँ प्रत्युज्ञा साधनामंदिरातून निघाल्या तशी सखी, शागीर्दही निघाला.

"माँ भोजन?"

"नको सखी. आम्ही आमच्या निवासात जातो आता."

"मी येऊ? सोबत म्हणून?"

"चल. सखी तू तुझं भोजन करून घे. शागीर्द आहे आमच्याबरोबर."

"जी माँ, आज्ञा. शुभम्."

"शुभम्..."

माँ प्रत्युज्ञा आणि शागीर्द माँच्या निवासापाशी पोहोचले. माँ प्रत्युज्ञांच्या निवासापर्यंत शागीर्द प्रथमच येत होता. निवास आतून कसा असेल, तो बघायला मिळेल का? असा विचार करत शागीर्द तिथेच रेंगाळला.

"शागीर्द, तू ये आता."

"जी."

"उद्या पहाटेच्या प्रार्थनेला हजर राहा."

"जी."

"ठीक."

"जी."

"शागीर्द, जा तू आता."

"जाऊ?"

"होय शागीर्द. शुभम्."

"शुभम्... सर्व शुभ होणार."

"हो. होणारच."

"मग आत्तापर्यंत जे घडत आलं ते सर्व अशुभ होतं?"

"आत्तापर्यंत काय घडत आलं, हे मला कसं माहीत असणार?"

"मी सांगतो की!"

"आत्ता नको. आत्ता आमच्या विश्रामाची वेळ झाली आहे."

"मग कधी? उद्या?"

"हो. हरकत नाही."

"पण तुम्हीच त्यादिवशी म्हणाला होतात की हा आत्ताचा क्षण आपला. पुढच्या क्षणी काय होणार आहे, हे केवळ तो ईश्वरच जाणतो. उद्या कधीही येत नाही. तो उद्या जेव्हा येतो, तेव्हा तो आज झालेला असतो. उद्या आपण असू-नसू. म्हणून जे काही व्रत घ्यायचं, जी काही कृती करायची, ती आज-आत्ता. या क्षणी!"

"प्रवचनात ऐकलंस. होय ना?"

"हं."

"आम्ही जे सांगितलं ते सत्यच होतं. आहे. पण तरीही माणूस उद्या असणारच आहे जीवनात, असंच धरून वागतो आणि ही आशाच त्याला जिवंत ठेवते. ही आशा सोडू नकोस. उद्या बोलू आपण!"

"तुम्ही रोज वेगळं वेगळं वागता..."

“शागीर्द!”

“माझे अब्बाजी मला नेहमी सांगत, ‘जो भी चाहता है वह अभी के लिए चाहना! कल पर कुछ नहीं रखना। ये जिंदगी बहुत बेवफा है। ध्यान रखना। आणि तुम्हीसुद्धा हेच सांगितलंत पहिल्या दिवशीच्या प्रवचनात. मला माझे अब्बाजी आठवले. पण तुम्ही अब्बाजी नाही आहात. अब्बाजी जो कहते थे, वही, वैसेही करते थे। आप वैसी नहीं आप अलग हो।’ ”

“शागीर्द, प्रत्येक व्यक्ती वेगळी असते. कुणीही कुणासारखं असू शकत नाही. जा तू आता.”

माँ प्रत्युज्ञा अस्वस्थ झाल्या होत्या. शागीर्द रोखठोक बोलत होता. खरंच स्पष्ट बोलत होता आणि त्याच्या प्रश्नांना माँ प्रत्युज्ञांकडे उत्तरं नव्हती. माँ प्रत्युज्ञांनी अस्वस्थतेत निवासाचं दार उघडलं आणि ते लावण्यापूर्वी बाहेर उभ्या असलेल्या शागीर्दकडे त्यांनी बघितलं. तो तसाच एकटक त्यांच्याकडे बघत होता. त्याची नजर पुन्हा त्यांना अस्वस्थ करत राहिली. त्यांनी जरा चिडूनच दार बंद केलं.

शागीर्द बंद दाराकडे काही क्षण बघत राहिला. मग तो शांतपणे वळला आणि आपल्या खोलीकडे गेला. त्याच्या मनात विचारांचं काहूर उठलं होतं. त्याला फार जड वाटत होतं. मनात ठासून राहिलेलं मनात टोचत होतं, दुखवत होतं.

“कोण आहे मी? कुणाचा मुलगा? माझे आई-वडील कसे होते? त्यांनी मला का टाकून दिलं? टाकून दिलं की... ते जिवंत तरी आहेत का? अब्बाजी आज असायला हवे होते. ते असते तर मी इथे नसतोच. छोटंसं जग होतं अब्बाजींचं आणि माझं. अब्बाजी सांगत, ‘बच्चा, इस घरमें तू आ गया और मेरा नसिब बदल गया। नेक लड़का है तू। बहोत ही नेक। अल्लाह की दुवा है तू।’ मी इतका नेक? ‘तू मेरा शागीर्द है। चंद चीजे सिखाऊंगा तुझे। दर्गा में मेरे साथ तू भी अल्लाह की तारीफ करना।’ गाणं गायचं? गाणं नाही. ‘अल्लाह की तारीफ!’ किती मजेशीर. अब्बाजीने आपल्याला एका मंदिरापाशी भुकेने व्याकूळ झालो असताना बघितलं. एकटंच पोर बघून त्यांना दया आली आणि कोणाचं मंदिर होतं ते? बऱ्याच देवांचं. महालक्ष्मी, गणपती, शिव... बऱ्याच मूर्ती. तिथे अब्बाजीने नमस्कार केला आणि आपलं बोट धरलं. ते बोट त्यांनी मरेतोवर सोडलं नाही. ‘मैं तुम्हे सिखाऊंगा... तेरी आवाज में दर्द है। तू मेरा बच्चा, तू मेरा शागीर्द है।’ अब्बाजीने मनगटावर दर्ग्यातून आणलेला दोरा बांधला. गळ्यात तावीज घातला. सगळे आजूबाजूचे आपल्याला शागीर्द म्हणू लागले अब्बाजींप्रमाणे. दर्ग्यात गाताना छान वाटायचं. “बेटा, ये गाना तेरी नियत है। इसे बेचना नहीं।” “जी अब्बाजी.” पैशांसाठी आजपर्यंत नाही

गायलो कधी. पण मन अस्वस्थ होतं तेव्हा आपोआपच स्वर उमटू लागतात. आत्ताही तसंच होतंय. पण-पण मी इथे या आश्रमात... आणि आता अब्बाजी तुम्ही नाही तर सूर कसा सापडणार? तुमचा जनाजा निघाला आणि मी घर सोडलं. ज्या घरात तुम्ही नाही, तिथे मी कसा राहणार? मी घरासाठी नव्हतोच राहात. मी तुमच्यामुळे होतो तिथे. अब्बाजी, या ना परत. मन बेचैन आहे. दुवा मागायची आहे. आसुसलोय. पण समजत नाही आहे काही. कहाँ खो गये आप? मी पुन्हा का एकटा झालो? रडायचंय. ओरडायचंय. शब्द नकोत. तुमचा स्पर्श हवा आहे. मला जगण्याचं कारण हवं आहे. घुसमटतोय मी. फार घुसमटतोय.'

शागीर्द तळमळत राहिला. रात्रभर. एका स्पर्शासाठी तडफडत राहिला. कोरडे ठाक डोळे पहाटे पहाटे कधी तरी मिटले गेले. एक निद्रा. अस्वस्थ निद्रा. चित्रविचित्र स्वप्नांनी व्यापून राहिलेली. घोड्यांचं खिंकाळणं, सागराची गाज, हातातून सुटणारा एक हात - काळोखी माडी – माडीवरची खोली – आणि मग रंगच रंग – गडद भडक रंग... एक जाड – लाल रंगाचा ओघळ – अगदी वरपासून ओघळत ओघळत येणारा... शागीर्द भीतीने जागा झाला. त्याला दरदरून घाम फुटला होता.

आश्रमात पहाटेच्या ध्यानासाठी सर्वांना जागं करणारी घंटा वाजत होती.

सरपोतदार ताटकळले होते. माँ प्रत्युज्ञांची भेट होणं आवश्यक होतं. शिंदे काही वेगळ्याच कारवाया करत होता. तांबटबरोबर त्याचं सख्य बरंच वाढलं होतं. कायदेशीर बाबी आता पूर्ण करायला हव्या होत्या. ही जमीन माँ प्रत्युज्ञांच्या आत्मसिद्ध आश्रमाच्या नावाने व्हायला हवी होती.

माँ प्रत्युज्ञा मुख्य कार्यालयात येत आहेत, अशी वर्दी घेऊन सेवक आला. शांडिल्य आणि सरपोतदार उभे राहिले. सेवकाच्या मागोमाग माँ प्रत्युज्ञा आल्याच.

"शुभम् माँ."

"शुभम् शुभम् सरपोतदार, बसा."

"जी."

"तातडीने भेटायचं आहे, असा तुमचा निरोप मिळाला. खरं तर ही वेळ आमच्या..."

"जाणतो, पण इलाज नव्हता."

"मोकळेपणाने बोला."

"शिंदे फार त्रास देऊ लागलाय. रोज घरी येत असतो. आमची, घरातल्यांची फार..."

“समजलो आम्ही.”

“माझ्या मुलाला फितवलंय त्याने. मुलगाही आता मला जुमानासा झालाय. त्याला पैसा दिसतोय. ही जागा विकायची म्हणतो. पण आश्रमाला दान दिलेली जागा...! मुलगा विचारत राहतो, ‘कागदपत्रं तर केली नाहीत ना?’ मी सांगतो, ‘केली आहेत.’ तो म्हणोत, ‘दाखवा.’ आता दाखवणार कुठून? शिवाय शिंदेने तांबटना धरून ठेवलंय.”

“तांबट?”

“तो आमदार.”

“हां हां! मग?”

“वकिलाशी बोलणं चालू आहे.”

“सरपोतदार, अगदी सत्य सांगा. तुमची इच्छा आहे का जमीन विकण्याची?”

“छे, छे, भलतंच!”

“मुलासाठी? आयुष्यभर तो तुम्हाला दोष देत राहिल आणि या पवित्र कार्यात आम्हाला कुणाचीही नाराजी नको. ते ओझं आम्हाला पेलवणार नाही.”

“भलतंच माँ! ओझं? अहो तो, म्हणजे माझा मुलगा...”

“मघापासून आम्ही ऐकत आहोत – मुलगा – मुलगा – का म्हणताय?”

“त्याचं नावही नको.”

“सरपोतदार, पोटच्या पोरावर असा राग धरलात, तर इतरेजनांवर माया कशी लावणार? अनेक असत्य काम करणारी ही जनता! या जनतेला सत्यापाशी पोहोचवायचं हे आपलं कार्य! चुका माणसाच्याच हातून होणार.”

“जी.”

“आम्ही बाळकृष्णाला भेटू.”

“पण तो यायला हवा ना भेटायला!”

“हरकत नाही. नको येऊ दे. शांडिल्य...”

“जी माँ.”

“तांबटना निरोप दे. आम्ही त्यांना भेटू इच्छितो, असं सांग.”

“माँ...”

“सरपोतदार! काळजी नको, आणि सांगू का? सर्व तुमच्याच हातात आहे. जमीन तुमची आहे...”

“पण ती आमची, म्हणजे घराण्याची, वडिलोपार्जित आहे. वंशपरंपरागत! बाळकृष्णाचाही वाटा आहे...”

“अस्सं! हरकत नाही. तांबट आले की शिंदेही येतील आणि मग बाळकृष्णही येईल. चिंता नसावी. शुभम्.”

"शुभम् माँ."
"शुभम् माँ."

माँ प्रत्युज्ञा मुख्य कार्यालयातून बाहेर पडल्या. आता एकच विचार मनात घोळत होता. या आश्रमाचं भवितव्य काय? चालता चालता त्या स्वामी दयांच्या पुतळ्यासमोर थांबल्या, अगदी नकळत. 'स्वामी, पुन्हा बेघर होण्याची वेळ येणार, असं वाटतंय. इथे स्थिरावले. सर्व छान जमलं. पसारा वाढत गेला हे तुम्ही बघताच आहात. सर्व तुमचीच कृपा. तुमचा हात मस्तकावर होता, आजही आहे, हे ठाऊक आहे. पण जग... ते वेगळं आहे स्वामी, खूप वेगळं...'

"आम्ही विश्रांती घेत आहोत. कुणालाही आत पाठवू नकोस सखी."
"जी, आज्ञा माँ. शुभम्."

शुभम्ला उत्तर न देताच माँ प्रत्युज्ञा निवासात गेल्या. दार मागच्यामागे लोटलं आणि त्या खचल्या. खरंच ही वास्तू सोडावी लागणार? किती वेळा असं उजाड व्हायचं? बाप मेला. आईने काकाशी लग्न केलं. सख्खा काका बाप झाला. कमल गगन वैशंपायच्या ऐवजी कमल मारुती वैशंपाय असं नाव झालं. पण मारुती गगन होऊ शकला नाही. त्याला आपली अडचण होऊ लागली. त्याला फक्त आपली आई हवी होती आणि आईनेही त्याच्यापुढे नमतं घेतलं. ती तरी काय करणार? तिला कधी नाही ते चार दागिने, छान लुगडी, पोटभर अन्न मिळत होतं. मग आईला मुलगा झाला. 'जय मारुती वैशंपाय!' काकाने स्वत:चा जयजयकार असा सुरू केला. कमल मग बाजूला राहिली. अगदी बाजूला. स्वत:च्याच घमेंडीत जगणारा काका आणि ती घमेंड बघत मोठा होणारा जय. मी काकाला बाबा म्हणत नाही म्हणून आईने मारलेले फटके – ते व्रण अजून आहेत मनावर. मोठी झाले आणि संकटांचं प्रमाण वाढत गेलं. काकाचा तोरा उतरत होता. खुळ्खुळ्खुळु वाजणारा पैसा खडखडाट करू लागला. आईच्या अंगावरचे दागिने गेले आणि वर्षाआधी नवं लुगडं काही अंगाला लागेनासं झालं. जय टगेगिरी करत गाव उंडारू लागला आणि कमल दोन-चार घरी कामं करू लागली. शिक्षण बेताचं, पण वाचण्याची, पुस्तकांची आवड म्हणून पुढे तग तरी धरला. आईने अंथरुण धरलं. मुकी झाली. कमलला बघितलं की, घळाघळा रडायची. जय मग तिला दम द्यायचा – 'काय थेरडी रडते सारखी' असं म्हणायचा. काका अंगावर धावून जायचा. कमल घाबरायची. शेवटी आई सुटली. आणि कमल अडकली, विकली गेली. लग्नाच्या नावाखाली एका राकट, राक्षस माणसाच्या हवाली केली गेली. खूप पैसा दिला म्हणे त्याने. घर

सुटलं. कमल उजाड झाली. संपूर्ण उजाड. एका काळोख्या खोलीत, जुनाट चटईवर, राकट खरखरीत हात रोज रोज...'

माँ प्रत्युज्ञा घामाने डबडबल्या होत्या. आपण दारालाच पाठ लावून बसलो आहोत, हे त्यांच्या लक्षात आलं. त्यांना उठायचं होतं. पण पायांत ताकदच नव्हती. समोर मऊ मुलायम मखमली चादर. पलंग दिसत होता, पण तिथपर्यंत जाता येत नव्हतं. किती वेळ गेला... याचं भान नव्हतं. आश्रमातली घंटा वाजली. माँ प्रत्युज्ञा भानावर आल्या. प्रवचनाची वेळ झाली होती. जायला हवंच होतं. त्यांनी स्वत:ला सावरलं. दाराच्या कडीचा आधार घेत त्या उठल्या. पलंगाशेजारच्या मोठ्या आरशासमोर जाऊन उभ्या राहिल्या आणि कमलची पुन्हा माँ प्रत्युज्ञा झाली.

"शुभम् शुभम्..."

"शुभम् माँ ऽ ऽ"

"शुभम् म्हटलं की सर्व शुभ होतं का? असा प्रश्न नुकताच आम्हाला विचारला गेला आणि आम्ही 'हो' असं म्हणालो. पण हे 'हो' असं का म्हणालो?

माणसाचं मन एककल्ली असतं. एकदा एखादी गोष्ट मनाने घेतली, ठरवली की ती गोष्ट पूर्ण होईपर्यंत माणसाच्या मनाला शांतता लाभत नाही. माणसाचं मन योग्य-अयोग्य दोन्ही विचार करतं आणि योग्य-अयोग्य कृतीही त्याच कारणाने माणसाच्या हातून घडते. पुन्हा ती कृती योग्य आहे की अयोग्य हे ठरवणार कोण? जे एखाद्याला योग्य वाटेल ते दुसऱ्याला अयोग्य वाटू शकतं. म्हणूनच मग ऋषींनी काही निकष घालून दिले. तत्त्वज्ञानींनी काही अनुमानं काढली आणि तद्वत समाजाची विचारसरणी तयार झाली.

तरी माणसाचं मन चंचल, वाहत्या वाऱ्यासारखं. आज हे, तर उद्या ते. त्या मनाला काबूत ठेवण्यासाठी काही नियम बनले. काही योजना, अथवा काही उपाय तयार झाले. मनाला एकच गोष्ट वारंवार सांगितली की, मन ऐकतं. 'देवाचं नाव घे, जप कर. राम राम राम...' असं काही माणसांनी करावं आणि नामजपाने आपल्या मनाला लगाम घालावा. हे एक उदाहरण म्हणून सांगितलं. कुणी 'ओम' म्हणतं, कुणी 'जय श्री राम' कुणी 'जय माताजी' कुणी 'श्रीकृष्ण'. सतत, येता-जाता असं काही उच्चारत राहिलं की मनाची एक बैठक तयार होते. आधी ठरवून घेतली जाणारी ही नावं, कालांतराने ओघाने उच्चारली जातात. आणखी काही कालांतराने मनापासून उच्चारली जातात आणि शेवटी उच्चारावी लागत नाहीत. मनात ते एक नाव घुमत राहतं.

'शुभम्' म्हटल्याने शुभ होईलच, असं आम्ही कसं म्हणणार? पण जे काही

घडतं, ते आपल्याला अशुभ वाटलं, तरीही ते आपल्यासाठी शुभ असतं आणि ते शुभ होतं, हे कालांतराने जाणवतं, समजतं. आपण सगळे देवाची लेकरं आहोत. आपल्या लेकरांकरिता तो अशुभ चिंतेल का? ज्याप्रमाणे अपशब्द बोलून, विचार करून, मनही तसं होत जातं, त्या मनाला अपशब्दच प्रिय होतात! तसंच पवित्र शब्दांचंही आहे. असे शब्द उच्चारून, पवित्र विचार करून त्या मनाला पवित्र शब्दच प्रिय होतात.

म्हणून आपण नित्य पवित्र शब्दांना उच्चारावं. त्या शब्दांबद्दल साशंक असू नये. पाण्याची संततधार जशी दगडालाही छिद्र पाडू शकते तसंच पवित्र शब्दांची संततधार मनाच्या दगडाला मृदू बनवते आणि जे आपल्या आत आहे त्याचंच प्रतिबिंब आपण समाजाला देतो. मन आनंदी तर आपण जगाला आनंदी करू शकतो. मन उदास, तर आपण जगाला उदास करतो. मन शुभ तर आपण जगाला शुभ करतो. होय, आपल्या मनाची तेवढी ताकद आहे. मनाचं जे चित्रं – तेच चित्र आपण जगावर उमटवतो, रंगवतो आणि म्हणूनच मनाला समजवत राहायचं. मनाला शुभ करायचं आणि शुभचंच प्रतिबिंब जगाला द्यायचं.

शुभम् शुभम्!

माँ प्रत्युज्ञांनी शागीर्दकडे बघितलं. माँ प्रत्युज्ञांना वाटलं, शागीर्दला त्याच्या प्रश्नाचं उत्तर आता मिळालं असेल. माँ प्रत्युज्ञांना मोकळं वाटलं. प्रवचनानंतर पंधरा मिनिटांचं ध्यान सुरू झालं. सगळेजण डोळे मिटून एकाग्रता साधू लागले. माँ प्रत्युज्ञांनी डोळे बंद केले. पण आत्ता मन एकाग्र होत नव्हतं. त्यांना पंधरा मिनिटं म्हणजे बराच मोठा काळ असं वाटू लागलं. माँ प्रत्युज्ञांनी डोळे उघडले, सभोवार नजर फिरवली. सगळेजण ध्यानात होते. आणि अचानक त्यांना जाणवली ती एक नजर! तीक्ष्ण, भेदक. शागीर्द माँ प्रत्युज्ञांकडे एकटक बघत होता आणि माँ प्रत्युज्ञा अस्थिर झाल्या. प्रवचनातले शब्द मिथ्या ठरू लागले. हे प्रवचन शागीर्दसाठी होतं की स्वत:साठी? असा प्रश्न त्यांना पडला. शुभम् म्हणून शुभ होतंच असं नाही. फक्त शब्द, पोकळ शब्द! पूर्णत: भावनेने, श्रद्धेने उच्चारले तर क्रांती घडवतील पण सवयीने उच्चारले तर...

माँ प्रत्युज्ञा अस्वस्थ झाल्या. शागीर्दची नजर आरपार जात आहे असा भास त्यांना होत राहिला आणि प्रथमच ध्यान अर्ध्यावर सोडून त्या समाधी मंदिरातून बाहेर पडल्या. मागे वळूनही न बघता... भीतीने... फोलतेने... रिकामं होऊन...

चार

“शांडिल्य, गेले काही दिवस मी बघतो आहे, माँ चिंतित दिसतात. प्रकृती बरी आहे ना?”

“सखीला विचारलं होतं मी दोन दिवसांपूर्वी. ती म्हणाली होती की, प्रकृती ठीक आहे. पण विवंचनेत असतात म्हणून.”

“मलाही जाणवलं तसं.”

“सरदेसाई, माँना विश्राम नाही. सतत काही ना काही चालूच आहे.”

“प्रवचनासाठी पुन्हा कुठे जाणं झालं तर बरं!”

“विसरलोच होतो. छान आठवण दिलीत. पंधरा दिवसांनी जायचंच आहे.”

“असं? कुठे?”

“रत्नागिरी.”

“छान! तो परिसरही छान आहे. सध्या हवामानही उत्तम आहे.”

“मी जाणारच आहे. पण.”

“तुझ्याशिवाय होणारच नाही काही. तू जायलाच हवंस.”

“तुम्ही येता?”

“नको. ही घरात एकटी असते.”

“बरं.”

“आणि शांडिल्य– तांबट आले होते का?”

“नाही. ते येणारही नाहीत. हे मला माहीत होतंच.”

“शुभम्... बघू काय होतं पुढे.”

“सरदेसाई, दवाखाना सुरू करायचा ना पण?”

“अर्थात! चिंता नको. होणारच सुरू!”

“आणि प्रेस?”

“जरा वेळ लागेल. पण होईल.”

“सरपोतदार आले नाहीत बरेच दिवस...”

“बाळकृष्णाला भेटायला हवं. शांडिल्य, मी जरा जाऊन येतो. माझे हिशोब संपत आले आहेत. थोडे पगार काढायचे आहेत. ते काम मी नंतर करतो.”

"जी."

"शुभम्."

"शुभम्."

विनायक सरदेसाई आपल्या घरचा रस्ता चालत होते पण मन मात्र विचारात बुडून गेलं होतं. 'काही दिवसांपूर्वीच माँ म्हणाल्या होत्या की, 'शुभम्', 'ओम्', 'हरि ओम' असे उच्चार करत राहावेत. मन निश्चिंत होतं. मग माँ अशा का? काहीतरी अयोग्य होत आहे. गेल्या दोन दुपारी-नेहमीचं प्रवचनही झालेलं नाही. शांडिल्यनेच सर्व प्रवचनं दिली. पोरगा तयार झाला आहे. लहानच वय आहे त्याचं. पण समज किती! आपल्याला जर मूल झालं असतं तर त्याचं वय शांडिल्य इतकंच असतं आज. मूल! पुनः पुन्हा तो जन्म आठवत राहतो मूल म्हटलं की! पण आपला तरी काय इलाज होता? पोटाची आग, अन्नाची वासना, तगमग – फक्त भूक दिसत होती आणि म्हणूनच आज कोठार धनधान्याने ओसंडून वाहतंय पण घरात माणूस नाही. कोण खाणार? अरे हो! बरं आठवलं. आश्रमात साखरेचं पोतं न्यायचं आहे. विभावरीला सांगायला हवं.'

विचारचक्रात पाय मात्र सरळ चालत होते. थेट घरापर्यंत!

"विभावरी ऽ ऽ..."

"आज लवकर आलात?"

"जेवायला वाढतेस? सरपोतदारांकडे जायचं आहे."

"वाढते."

"तुझं पानही घे."

"हो. एकटीला अन्न जातच नाही. काय काम काढलंत सरपोतदारांकडे?"

"आहे काम. पूर्ण झालं की सांगेन."

"बरं. तूप-साखर वाढू?"

"वाढ. हो, साखरेवरून आठवलं. आश्रमात साखरेचं पोतं..."

"ठेवलंय काढून बाजूला. दाजी आला की सांगेन पोहोचवायला."

"छान! विभावरी मला तुझं एक आवडतं. तुला आश्रम रुचत नाही, पण तिथे धान्य द्यायला कधी नाही म्हणत नाहीस."

"कसं म्हणेन? तीस-चाळीस अनाथ मुलं राहतात तिथे. शिवाय अनाथ वृद्ध."

"अनाथ?"

"मुलंबाळं असून – अनाथ! माणूस एकटा पडला की तो अनाथ. मग वय कितीही असो त्याचं. शारीरिक नाती काय उपयोगाची? मनाने नातं जोडलं जायला हवं."

“लाखातलं बोललीस.”

“माझं अध्यात्म हे असं – गावरान!”

“पण...”

“मला त्या अनाथांचा कळवळा आहे. शक्य असतं तर ती सगळी मुलं इथे आणली असती सांभाळायला. पण ती बया एकही पोर घेऊ देणार नाही.”

“का?”

“त्यांच्याच नावानं पैसा गोळा करते ना ती.”

“विभावरी.”

“खरं की खोटं? सांगा?”

“लोक श्रद्धेने दान करतात–”

“एकदा बघा म्हणावं येऊन. तो पैसा जातो कुठे ते? पांढरं सिल्कच लागतं तिला. साडी, ब्लाऊज-शिवाय पांढऱ्या म्हणजे हिऱ्याच्या कुड्याच हव्यात. संतांना हे असं लागतं सर्व? गाडीशिवाय फिरत नाही ती.”

“अगं, जनजागृती करायची तर...”

“राहू दे. न्या पोतं. मुलांच्या ओठांना जरा गोडधोड लागेल आणि शागीर्द कसा आहे?”

“आमटी वाढ. हो चांगला आहे. अजून मोकळा वागत नाही. पण पोरगा हुशार आहे. खूप प्रश्न विचारत असतो माँना!”

“देते का ती उत्तरं?”

“देतात ना! पण त्याला किती समजत असेल ते, कोण जाणे?”

“भात वाढू?”

“नको. ताक दे मात्र!”

विनायक सरदेसाई जेवण आटोपून गेले आणि विभावरी सरदेसाई पडवीतल्या झोपाळ्यावर येऊन बसल्या. विमला सर्व आवरत होती.

“विमला, तुम्ही दोघं जेवा आता.”

“जेवतो वहिनी. हे विहिरीवर आहेत. गुरांना पाणी द्यायचं आहे ना अजून.”

“बरं. आणि जेवणं झाली की दाजीला एक साखरेचं पोतं आणि एक तांदळाचं पोतं काढायला सांग. आश्रमात नेऊन दे म्हणावं.”

“सांगते.”

आता वाडा गप्प होणार. दुपारची वेळ म्हणजे अगदीच सामसूम. कोणी कोणाकडे येत नाही, जात नाही. ‘कसे काय मामंजी या रहिमतपूरमध्ये येऊन राहिले? आता गाव जरा तरी मोठं आहे. पण त्यांच्या काळात दूर दूर पर्यंत वस्ती

नव्हती. आपण तरी कसं काय राहतो? या वाड्याचं पुढे काय होणार आपल्यानंतर? विमला-दाजीला देऊन टाकावा. तेच बरं. नाहीतर ही जागासुद्धा बळकावेल कोणी.' एखादं मूल असतं तर... नाही. हा विचार करायचाच नाही. दत्तक घ्यावं का? घ्यावं. फार काही वय झालेलं नाही आपलं. नक्की सांभाळू शकू बाळाला. आणि अगदी तान्हं बाळ नाही तर जरा मोठं चालेल. मुलगी घ्यावी दत्तक. म्हणजे मग सगळे लाड, हौस पुरवता येईल. शिकवू या, छान लग्नही लावून देऊ या. खरंच काय हरकत आहे?''

''वहिनी, जातो गोण्या घेऊन.''

''अं?''

''आश्रमात जाऊ ना?''

''जा. अरे दाजी...''

''...''

''तुमच्या लग्नाला चार वर्षं झाली...''

''हो.''

''काही विचार आहे की नाही बाळाचा? मूल हवंय ना?''

''हो.''

''लाजू नकोस असा. हवंय ना मूल? मग?''

''जाऊन येतो आश्रमात.''

''थांब, विमला ऽ ऽ ए विमला ऽ ऽ''

''जी वहिनी.''

''हे बघ. वय वाढत गेलं की मूल व्हायला त्रास होतो.''

''अं?''

''विमले, वहिनीबाय विचारत होत्या, मुलाबद्दल.''

''लाजू नकोस. स्पष्ट बोलायची सवय आहे मला, म्हणून स्पष्टपणे विचारते. तुझ्या आईच्या वयाची असेन मी. तेव्हा माझ्यासमोर लाजायचं नाही.''

''हो.''

''डॉक्टरांकडे जाऊन या. समजलं? जा तू आता दाजी.''

''भांडी घासत होते मी...''

''जा तूही. या वाड्याला शाप आहे की काय? कूस उजवतच नाही का इथे?''

''अं?''

''जा तू.''

''निदान विमलाची कूस तरी उजव रे देवा!''

विभावरी सरदेसाई सैरभैर झाल्या. त्यांना काहीच सुचेना. हा वाडा असाच उदास राहणार का? असं त्यांना सातत्याने वाटत राहायचं हल्ली. दत्तक घ्यावंच मूल, हा विचार मनाशी पक्का होत राहिला आणि विभावरी सरदेसाई त्या नसलेल्या मुलाच्या कल्पनेत रमून गेल्या.

"माँ, पोरगा हुशार आहे."

"शागीर्द ना? आमचा तसा कयास होताच."

"चांगला शिकला असता तर..."

"कुठून शिकणार? तरी बरं, त्याच्या अब्बाजींनी त्याला लिहायला-वाचायला तरी शिकवलं! शाळेतही जात होता, असं सांगत होता शागीर्द."

"त्याला हिशोबासाठी सांगितलं आहे. रसोईचं सर्व तो बघेल आता."

"छान!"

"धान्य, भाज्या, दूध, फळं – सगळंच. बाजारातही तोच जाईल."

"इतकं सगळं नको टाकूस त्याच्यावर!"

"एकट्यावरच नाही टाकत, पण शक्यतो तोच बघेल. गेल्या पंधरा दिवसांचा हिशोब आज आणून दिलाय त्यानं. एका रुपयाचाही गोंधळ नाही. सर्व स्वच्छ, स्पष्ट!"

"शागीर्दमध्ये काही वेगळंच आहे."

"हो ना! फार मनस्वी आहे."

"शांडिल्य, आम्ही त्याला भेटायला सांगितलंय, असा निरोप दे."

"जी."

"आपल्या प्रवचनांचं ठरलं?"

"हो. रत्नागिरी मुख्य. मग आजूबाजूचा परिसर. दिवेआगर, हरिहरेश्वर..."

"ठीक."

"माँ, त्याच दरम्यान स्वामी चरणदासही असणार आहेत तिथे."

"असं? बरं."

"एक विचारायचं होतं."

"विचार शांडिल्य!"

"आपण तारीख बदलावी का?"

"नको. जनतेला ठरवू देत. त्यांना दोघांच्याही प्रवचनांचा आनंद घेऊ देत."

"माणसं विभागतील."

"हरकत नाही."

"पण..."

"शांडिल्य, आमची प्रवचनं म्हणजे देवाचं कार्य. तोच आम्हाला सांगतो की आम्ही काय करावं... त्याची आज्ञा झालेली आहे म्हणजे जायचं. जायचं की नाही, हे ठरवणारे आम्ही कोण?"

"जी माँ."

"तुझी तयारी ठेव म्हणजे झालं."

"ती तर झालेली आहेच. रत्नागिरीचे पानसे. त्यांच्याशी बोलून झालंय. स्वीट बुक झालेला आहे आणि आपले पोस्टर्सही सर्वत्र लागले आहेत."

"नवीन फोटो दिलास ना?"

"हो."

"शागीर्द आला की पाठवून दे. शुभम् शुभम्!"

"शुभम् शुभम्."

"शांडिल्य..."

"या सरदेसाई. कार्य झालं? म्हणजे ज्यासाठी इतक्या त्वरेने गेला होतात..."

"नाही. शांडिल्य, माणसं बदलत चालली आहेत."

"मी समजलो नाही."

"सरपोतदारांनी बाळकृष्णासमोर मान तुकवलेली दिसते."

"याचा अर्थ? आत्मसिद्ध बंद होणार?"

"असा कयास आहे. बाळकृष्ण घरात नव्हताच. शिंद्यांकडे गेला आहे असं सरपोतदार म्हणाले. हताश बसले होते."

"तांबटांना निरोप पाठवला होता, पण..."

"नाहीच यायचा तो. खुर्चीची धुंदी चढली आहे त्याला."

"मग?"

"माँ कुठे आहेत?"

"इतक्यातच निवासात गेल्या. शागीर्दला पाठवून द्यायला सांगितलंय."

"मला भेटायचं आहे त्यांना. निरोप पाठवू का?"

"सरदेसाई, उद्याच्या उद्या तर काही घडणार नाही. आत्मसिद्ध बंद करणं इतकं सोपं नाही. हा दौरा होऊ दे रत्नागिरीचा. मग जरा शांतता लाभेल, तेव्हा बोलू."

"असं म्हणतोस? ठीक. तसं करू."

"माँ आहेत. स्वामी दयांची कृपा आहे. काळजी करू नका."

"शांडिल्य, हा तुझा विश्वास फार कौतुकाचा आहे."

"विश्वास नसता तर माँपाशी इतकी वर्ष राहिलोच नसतो. त्यांचं 'माँ' असणं जाणलं म्हणूनच तर अगदी पहिल्या दिवसापासून त्यांच्या मागे सावलीसारखा आहे.

माझं तरी असं कोण आहे? तुम्हाला माहितच आहे. वडील लहानपणीच गेले. मी असेन तीन-चार वर्षांचा. मग आई गेली. काकाने सर्व लुबाडलं. लहान होतो. काही समजत नव्हतं व्यवहाराचं. तो म्हणेल तिथे सही करायचो. सही म्हणजे – माझं नाव लिहायचो. नशीब एकच. काकाने दहावीपर्यंत शिक्षण तरी दिलं. माँचं प्रवचन होतं नाशकात. अगदी सहज म्हणून गेलो ऐकायला. तेव्हा माँबरोबर फक्त सखी आणि सेवक होता. मी भेटलो माँना. सर्व सांगितलं. माँनी विचारलं 'येतोस माझ्याबरोबर?' मी 'हो' म्हणालो. माँना माझ्याबद्दल फार वाटतं. त्याला तसं कारणही आहे. माँचं लहानपण आणि माझं लहानपण जवळजवळ सारखंच. वडील त्यांनाही नव्हते म्हणे. मला इतकंच माहीत आहे त्यांच्याबद्दल. अर्थात, अजून काही माहीत असण्याची आवश्यकताच नाही. माँ म्हणतात ना, 'आज जगा. काल आणि उद्या सोडून द्या.' मी तसंच जगतो. सरदेसाई, कंटाळलात?''

''नाही रे पोरा.''

''कितींदा हेच सांगत असतो मी तुम्हाला. पुनः पुन्हा.''

''सांगावं. मन हलकं होतं.''

''मी 'काल' सोडून दिलं आहे असं म्हणतो खरं पण तो 'काल' 'आज'मध्ये क्वचित डोकावतोच.''

''साहजिक आहे. नाही डोकावला 'काल' 'आज'मध्ये, तर आपण संत होऊ. सामान्य माणसं आपण, पण असामान्य व्हायचा प्रयत्न करणं सोडून द्यायचं नाही आपण!''

''जी.''

''माँ ना जेव्हा सवड असेल तेव्हा बोलेन सरपोतदारांबद्दल. अरे, हा बघ, शागीर्द आला.''

''शुभम् सरदेसाईसर, शुभम् शांडिल्यदादा.''

''शुभम्. झाला का बाजारहाट?''

''हो. हा हिशोब.''

''ठेव. मी बघतो नंतर. शागीर्द तुला माँनी बोलावलं आहे.''

''आत्ता जाऊ?''

''हो, जा. हरकत नाही.''

''जी. शुभम्.''

''शुभम्.''

सरदेसाई शागीर्दकडे बघत राहिले. आत्मसिद्ध आश्रमात आल्यापासून शागीर्द बदलला होता. त्याच्या नजरेतली चमक वाढली होती. पण गूढताही वाढली होती. कमी बोलणारा, पण गर्विष्ठ नाही. असून नसल्यासारखा वावरणारा पण तरीही

आपलं अस्तित्व निदर्शनास आणून देणारा. मंद स्मित असलेला पण तरीही गंभीर वाटणारा.

“काहीतरी वेगळं आहे या पोरात–”

“काही म्हणालात?”

“अं? नाही. म्हणजे हो. म्हणजे हा शागीर्द वेगळा वाटतो.”

“मलाही. पण सच्चा आहे. परखड आहे. माँसमोरही स्पष्ट असतो.”

“चांगलं आहे. संत सज्जन माणसांची भीती वाटता कामा नये. आदरापोटी भीती नसावीच. सख्य असावं. संतांच्या वलयापुढे झाकोळून जाऊ नये. त्या वलयाच्या तेजाने स्वत: तेजोमय व्हावं. असे संतच खरे संत असतात.”

“वा! सरदेसाई, अगदी छान व्याख्या सांगितलीत.”

“माँ प्रत्युज्ञा अशा संतांपैकी एक आहेत.”

“जी.”

शागीर्दला आश्चर्य वाटत होतं. आत्तापर्यंत माँ प्रत्युज्ञांनी कधीही त्याला ‘भेट’ म्हणून निरोप ठेवला नव्हता. जसे इतर अनेक शिष्य आत्मसिद्ध आश्रमात राहायचे. तसाच तोही राहत असे. आपण खरंच शिष्य आहोत का? असाही प्रश्न त्याला पडे. इतर शिष्य ज्याप्रमाणे सतत माँ प्रत्युज्ञांना नमस्कार करत अथवा त्यांच्याबद्दल आदराने बोलत तसं शागीर्द कधी करत नसे. ‘आपण रोज त्यांचं व्याख्यान ऐकण्यासाठी, व्याख्यान नाही, प्रवचन! हो, प्रवचन ऐकण्यासाठी कसे काय जात होतो? त्या प्रवचनांमधलं आपल्याला किती-काय कळलं?’ हाही प्रश्न शागीर्दला वारंवार पडत असे. पण आपण शेवटी इथेच येणार होतो, असं त्याला आतून वाटत होतं आणि तसं बघायला गेलं तर बाहेर राहण्यापेक्षा या आश्रमात राहणं निश्चितच सुखकर होतं.

“मला बोलावलंत?”

“शुभम् शागीर्द!”

“शुभम्.”

“हो. आम्ही ऐकलं की तुझं काम फार उत्तम चालू आहे. खूप मेहनत घेतो आहेस.”

“त्यात मेहनत कसली? लहानपणापासून मेहनतीशिवाय बघितलंच काय आहे?”

“इथे अजूनही अशी काही कामं आहेत, ज्यात मेहनतीची आवश्यकता नाही.”

“मी समजलो नाही.”

“लायब्ररी आहे. ती तू सांभाळू शकतोस.”

“मी दोन्ही कामं करेन.”

“असं? नको. तसं नको पण.”

“सांगाल तसं करेन.”

“तुला तुझं मत नाही?”

“आश्रितांना मत नसतं.”

“तू आश्रित नाहीस. बरं, ते असू दे. तुला त्या दिवशीच्या प्रवचनात ‘शुभम्’चा अर्थ समजला?”

“हो.”

“मग तू ‘शुभम्’ म्हणाला नाहीस?”

“सवय करेन तशी.”

“सवय नको. जेव्हा अगदी आतून म्हणावंसं वाटेल तेव्हा म्हण.”

“हं.”

“काही सांग तुझ्याबद्दल.”

“सांगण्यासारखं काहीही नाही माझ्यापाशी.”

“असं नसतं. प्रत्येकाकडे काही ना काही असतंच सांगण्यासारखं. आठवावं लागत नाही. तू सर्व बोलून टाक. मोकळं वाटेल तुला.”

“पण...”

“शागीर्द, पूर्वापार चालत आलेलं एक सत्य सांगतो आम्ही तुला. माठ रिकामा असेल तरंच ताजं पाणी त्यात भरता येतं आणि भरलेला माठ रिकामा केला नाही तर ते माठातलं पाणी, दुर्गंधी देऊ लागतं. माणसाचं मन म्हणजे माठ. विचार, अनुभव, आठवणी म्हणजे पाणी. ते सर्व वाहून जायला हवं. साठत राहिलं की मन दूषित होतं.”

“सांगेन केव्हातरी. जाऊ आता? या भाज्या आचाऱ्याला द्यायच्या आहेत.”

“हं... जा... शागीर्द... शुभम्.”

“शुभम्.”

शागीर्दला काही सुचत नव्हतं. आत्मसिद्ध आश्रमातली कुजबुज त्याच्या कानांवर येऊ लागली होती. माँ प्रत्युज्ञा इतरांकडे जितकं लक्ष देतात, त्याहून जरा जास्त लक्ष शागीर्दकडे देऊ लागल्या आहेत, असं काही शिष्य म्हणत. ‘विनिता, प्रांजली, सुमेध, विभव – सगळेच शिष्य असं म्हणतात. का?’ हा प्रश्न शागीर्दला सतावत होता आणि आज माँ प्रत्युज्ञांनी केलेली चौकशी. खरं तर त्यात काही नवल वाटावं असं नव्हतं. पण शागीर्दला वाटत होतं – तसं. ‘काय सांगायचं आपल्याबद्दल?

वैराण आयुष्य आहे हे. पुण्यातलं ते हॉस्पिटल! अगदी साधं. त्या हॉस्पिटल समोरच्या फूटपाथवर आपण सापडलो एका आयाला. ती आया त्या हॉस्पिटलमध्ये काम करणारी. तिने उचललं आपल्याला. एका फाटक्या कपड्यात गुंडाळलेलं ते माझं लहानसं, आजारी शरीर. मग तिनेच घेतली म्हणे आपली जबाबदारी. ती आया नीटशी आठवतही नाही. मग तिच्याकडून निघालो का आपण? की तिचं घर चुकलो? काहीच आठवत नाही. पुणं स्टेशन आठवतं. फलाटावर राहायचो. तिथला पेपरवाला चहा-पाव द्यायचा. गाडी स्टेशनला लागली की वर्तमानपत्रं विकायची. पुस्तकं विकायची. जितकी विक्री जास्त तितकं अन्न जास्त. जेवणही मिळायचं मग! पुस्तकं वाचायचा नाद तिथेच लागला. खूप पुस्तकं वाचली. पेपरवाला चांगला होता. अक्षर ओळख त्यानेच करून दिली. थोडा मोठा झालो, तेव्हा हमाली करू लागलो. दोन पैसे मिळवू लागलो. हे शरीर वाढत होतं, भूक वाढत होती. माणसंच माणसं – रोज रोज नवीन चेहरे. ते चेहरे टक लावून बघण्याची खोड लागली आणि तिथेच अब्बाजी दिसले. रोज दिसत नसत. महिन्यातून एकदा! अब्बाजींचा चेहराच असा होता की वाटायचं बाप असा हवा. फलाटावरची मुलं चिडवायची. त्रास द्यायची. फलाटावरच्या बाकावर झोपायचं तर... नको. विचारही नकोत. कित्येक रात्री भीतीने जागून काढल्या आहेत. झोप लागली तरी स्वप्न पडायची कसली कसली. किंचाळून उठायचो... अब्बाजीकडे आल्यावरही... रात्री... स्वप्न... स्वप्न...

मध्यरात्री कुणाच्या तरी किंचाळण्याने आत्मसिद्ध आश्रम खडबडून उठला...

पाच

"शागीर्द, ए शागीर्द..."
"मी ठीक आहे."
"ठीक आहेस? किती घाबरला आहेस बघ."
"शांडिल्यदा, मला होतं असं मधूनमधून."
"पण का? कसली भीती वाटते? सेवका, पाणी आण."
"जी."
"मला माहीत नाही."
"माँ ना बोलवू?"
"नको. मी ठीक आहे. खरंच."
"ध्यान कर."
"हो."
"जाऊ मी?"
"हो."

आत्मसिद्ध आश्रमातली पहाट नेहमीसारखीच उगवली. साधना मंदिरात सगळे जमले. ध्यान झालं आणि सगळे पांगले देखील. एकच गैरहजर होता – 'शागीर्द.'

माँ प्रत्युज्ञांनी साधना मंदिरातून निघून सरळ कार्यालयात प्रयाण केलं. हे नवीन होतं. सखी अचंबित झाली. सेवकही बेसावधच होता. कार्यालय अजून झाडून पुसून व्हायचं होतं. पण माँ प्रत्युज्ञांचं या गोष्टीकडे लक्षच नव्हतं. त्या मुख्य कार्यालयात आल्या आणि त्यांनी शांडिल्यला भेटण्यासाठीची आज्ञा दिली.

"शुभम् माँ."
"शुभम् शुभम्."
"आज्ञा दिलीत?"
"शांडिल्य, काल रात्री नक्की काय घडलं? आम्हाला सविस्तर सांग."
"माँ, आपण इतकं अस्वस्थ होऊ नये. मी आहे..."
"जेवढं विचारलंय तेवढंच सांग शांडिल्य."

"जी."

शागीर्द आत्ताही त्याच्याच खोलीत होता. थकलेला. थोडासा भेदरलेला. अचानक समोर माँ प्रत्युज्ञांना बघून तो दचकला.

"शुभम् शागीर्द."

"अं?"

"प्रार्थनेला, ध्यानाला आला नाहीस आज?"

"ठीक नाही वाटतं."

"काय होतंय?"

"कहा नहीं जा सकता। अब्बाजी याद आ रहे है।"

"तू मोकळेपणाने बोल सगळं."

"काय बोलू?"

"हे असं एकटक बघत राहतोस. त्यापेक्षा..."

"..."

"तसंच बघतो आहेस परत."

"मला नाही समजत. मी कसं बघतो?"

"काही नाही. आराम कर. आम्ही नंतर भेटू तुला."

"कधी?"

"शांडिल्यबरोबर निरोप पाठवू."

"जी."

"शुभम् शुभम्."

माँ प्रत्युज्ञा आपल्या निवासात आल्या. उशीर झाला होता. अजून फलाहार व्हायचा होता. वस्त्रं बदलायची होती. रत्नागिरीच्या प्रवचनांची तयारी आज करायलाच हवी होती. कोणत्या विषयावर प्रवचन द्यावं हेही ठरवायचं होतं आणि या सर्व विचारांत शागीर्दही डोकावत होता. सरदेसाईंशी या विषयावर बोलावं का? असा विचारही त्यांच्या मनात येत होता.

मुख्य कार्यालयात आणि सेवक, सेविकांमध्ये 'शागीर्द'ची चर्चा होत होती. ती किंकाळी अजूनही त्यांच्या कानात होती.

"शांडिल्य, खरंच का इतका किंचाळला शागीर्द?"

"हो सरदेसाई, सगळेच घाबरले की अचानक हा आवाज कोणाचा येतोय?"

"मग?"

"माँनी सकाळी सर्व चौकशी केली त्याची. माँ येत आहेत."

"शुभम् माँ."
"शुभम् शुभम्."
"शुभम्."
"सरदेसाई, जरा खाजगी बोलायचं आहे."
"माँ मी बाहेर बागेचं बघतो. शुभम्."
"शुभम् शुभम्."

सरदेसाई माँच्या बोलण्याची वाट बघत होते. ते माँकडे बघत होते, पण माँ जराशा हरवल्यासारख्या खिडकीबाहेर बघत होत्या. माँना आताशा काय होतंय? असा प्रश्न सरदेसाईंना पडला. शेवटी न राहवून सरदेसाई म्हणालेच,

"माँ, काही आज्ञा?"

"सरदेसाई, शागीर्द आश्रमात कधी आला?"

"आपल्याबरोबरच... महिना होऊन गेला..."

"हा मुलगा... वेगळा वाटतो... अं ऽ ऽ... सरदेसाई आम्ही याचं पूर्वायुष्य बघावं असं म्हणतो..."

"पण..."

"आम्ही जाणतो की त्यासाठी त्याच्या मनाची बैठक तयार व्हायला हवी. परंतु काल रात्रीची त्याची अवस्था... तेव्हापासून असं मनी येऊ लागलं आहे. ही आम्हाला स्वामी दयांची आज्ञा आहे.

आज सायंकाळी चार वाजता शागीर्दला 'समाधान'मध्ये घेऊन या."

"जी. पण नक्की?"

"होय. आज्ञा आली आहे तशी."

"जी."

"येतो आम्ही. शुभम् शुभम्... शुभम्... शुभम्..."

शागीर्द जरा सावरला होता. पहाटेची प्रार्थना आणि ध्यान त्याने केलं नव्हतं तरी तो आता रोजच्यासारखा बाजारात जाण्यास तयार झाला होता. खरं तर आश्रमात बरीच अनाथ मुलं-मुली, म्हातारी माणसं होती. पण अजून तो कोणातच रुळला नव्हता. सरपोतदार, शिंदे वगैरे मंडळीही त्याला दूरचीच वाटत. सरदेसाई आणि शांडिल्य मात्र त्याला मनातून आवडत. पण हे आवडणं दाखवून देण्याइतपत त्याच्यात हिंमत नव्हती. सेवक मात्र त्याच्याशी अगदी मोकळेपणाने बोलत राही. सरदेसाईंना सांगून बाजारात जावं, असा विचार करून तो कार्यालयात आला.

"ये शागीर्द. शुभम्."

“शुभम् दा.”
“तू हे जे दा म्हणतोस ना, ते फार गोड वाटतं बघ.”
“मी बाजारात जातो. सरदेसाईसरांना सांगायचं होतं की काही पैसे लागतील.”
“ते माँ बरोबर आहेत.”
“मग? मी जाऊ?”
“पैसे हवेत ना?”
“हो.”
“थांब जरासा. ते येतीलच एवढ्यात. कसं वाटतंय आता?”
“दा, का असं होतं मला?”
“वाटेल बरं. आश्रमात आल्यापासून पहिल्यांदाच असं झालं.”
“हो. खूप खूप दिवसांनंतर.”
“म्हणजे बघ, तुला इथे नक्कीच चांगलं वाटतंय. होय ना?”
“हं.”
सरदेसाई आले. “शुभम् – शागीर्दला बाजारासाठी पैसे हवे आहेत.”
“शुभम् शागीर्द.”
“शुभम् सर.”
“चल. हं, काय काय आणायचंय? किंवा आज राहू दे. सेवक जाईल.”
“नको. मीच जातो.”
“बरं. पण भोजनाआधी ये.”
“होय.”

आत्मसिद्ध आश्रमातून बाहेर पडल्यावर शागीर्दला जरा बरं वाटलं. मोकळी हवा, वेगळी माणसं, बाजारातली गडबड, गोंधळ, आवाज... हे आवाज त्याच्या फार परिचयाचे होते. अब्बाजींचं घर अगदी बाजारात होतं. हातगाडीवाले, ठेलेवाले, हमाल, त्यांची धक्काबुक्की, भांडणं – जिवंतपणा होता तिथे. रात्री उशिरापर्यंत काही ना काही चालू असायचं. फूटपाथच्या कडेने भाज्यांच्या साली, कचरा, ओलसर कचरा, दुर्गंधी पसरवणारा! त्या दुर्गंधीतच कुणी फळकुट्यावर निजलेलं. अगदी शांत, नमाजाचा, देवळातल्या घंटांचा आवाज. दुर्गंधीत धूप आणि उदबत्त्यांचा सुगंध मिसळून जायचा. तिथे दोन्ही तऱ्हेचे वास आपपर भाव न ठेवता मिळून मिसळून जायचे. कोणी कोणता गंध घ्यावा, हे ज्याचं त्याच्यावर! आश्रमातल्या शांततेतून काही काळ दूर जाण्यासाठी हा बाजार शागीर्दला आवडायचा. आपण आश्रमात का राहतो? असा प्रश्न तेव्हा त्याला पडायचा. पण मग जाणार तरी कुठे? हाही प्रश्न असायचाच. या गोंगाटातून आपण बाहेर पडू शकतो, आश्रमामुळे, हेही त्याला

जाणवायचं. 'नक्की काय हवं आहे? हे कोडं सुटत नाही आहे. काय करायचं पुढे? की असंच जगायचं मरेपर्यंत?'

"अरे अरे सांभाळ ऽ ऽ!"

शागीर्द भानावर आला.

"पडला असतास आणि मलाही पाडलं असतंस."

"सॉरी."

"सॉरी? अरे वा! या रहिमतपुरात धक्का लागल्यावर सॉरी म्हणणारा तू पहिलाच. नवीन आला आहेस का इथे?"

"हो."

"कुणीकडचा? कुणाचा पाहुणा आहेस?"

"आत्मसिद्ध आश्रमाचा."

"अस्सं."

"लागलं का तुम्हाला?"

"नाही."

"पिशवी सांडली तुमची. मी भरून देतो."

"नक्को. मी भरेन."

"मॅडम."

"मला मॅडम नाही हो म्हणायचं."

"चुकलो."

"नाव काय तुझं?"

"शागीर्द."

"तू शागीर्द?"

"ओळखता मला?"

"हे सांगत होते तुझ्याबद्दल."

"कोण?"

"अरे, सरदेसाई..."

"सर? म्हणजे तुम्ही काकू?"

"हो. मी सौ. सरदेसाई."

"शुभम्..."

"नमस्कार म्हणावं रे. शुभम् काय?"

"नमस्कार! मी येतो घरी तुमचं सामान घेऊन."

"बरं चल."

शागीर्द सुखावला. बऱ्याच महिन्यांनी, दिवसांनी त्याच्या ओठांवर हसू फुललं. बाजारापासून सरदेसाईंच्या वाड्यापर्यंत... तो प्रसन्न होता.

"ये. दाजी ऽ ऽ"

"आलो वहिनी."

"सामान घे हे. हा बघ शागीर्द. त्या आश्रमात असतो. घे, सामान घे त्याच्या हातातलं."

"हो."

"विमला कुठे आहे? तिला म्हणावं छान सरबत कर लिंबाचं."

"नको काकू."

"घेतलंच पाहिजे. जा रे – आण सरबत."

"आणतो."

"हे घर. बघून घे नीट. कधीही यावंसं वाटलं तर ये."

"मी झोपाळ्यावर बसू?"

"खुश्शाल बस. ही बघ. ही विमला. दाजीची बायको. ही दोघं आणि आम्ही दोघं, असे चौघं राहतो या वाड्यात. घे सरबत."

"छान आहे. घर आणि सरबत सुद्धा."

"येत जा हो."

"हो. आता जातो."

"जेवतोस का? तुझे सर येतील इतक्यात."

"नको. भोजनाची वेळ झाली आहे. जातो."

"येतो, असं म्हणावं."

"येतो शुभ... नाही सलाम... नको नमस्कार!"

"सलाम म्हण. नमस्कार म्हण चालेल. पण ते शुभम् नको..."

"जी."

"ये हो परत."

शागीर्दच्या पावलांनी एक हलकासा ठेका धरला. अब्बाजी म्हणत ती गझलही आठवली,

'आज दिलसे दुआ करे कोई
एक लम्हा, याद करे कोई...'

"शुभम् माँ."

"शुभम् शुभम्, बोला सरदेसाई."

“शागीर्द आत्ता जरा वेगळा भासतोय.”

“तो नेहमीच तसा असतो – वेगळा.”

“पण आत्ताचा तो वेगळा, दुसऱ्या अर्थाने – आनंद दिसतोय चेहऱ्यावर त्याच्या.”

“बरं मग?”

“विनंती आहे की आजच त्याला ‘समाधान’मध्ये न्यावं का?”

“सरदेसाई, तुम्ही आमचे गुरू होऊ बघता आहात?”

“क्षमा माँ – मी अगदी...”

“आज्ञा आहे.”

“जी.”

“चार वाजता. या तुम्ही आता.”

शागीर्दला समजत नव्हतं काहीच. ‘समाधान’ त्याने बघितली. ती खोली, तिथलं वातावरण... कशासाठी?

“सर?”

“आज्ञा आहे शागीर्द. बैस इथे.”

“सर... पण...”

“माँ आल्या की समजेल सगळं.”

“शुभम् शुभम्...”

“शुभम् माँ.”

“शुभम् माँ.”

“सरदेसाई, ठीक आहे. या आता तुम्ही.”

“जी माँ.”

“शागीर्द बैस. तुला काही सांगायचंय. तुझी भीती घालवण्यासाठी आम्ही तुला मदत करणार आहोत. त्यासाठी तुझ्याही सहकार्याची आवश्यकता आहे. भीती कशाची वाटते? का वाटते? ती कशी जाईल? या सर्व प्रश्नांची उत्तरं मिळतील.

शागीर्द, आपला हा जन्म काही पहिलाच जन्म नाही आहे. युगानुयुगं आपण या धरतीवर जन्म घेत आलो आहोत, मृत्यू पावत आलो आहोत. प्रत्येक जन्मातली आपली कर्मं, पुढच्या कोणत्याही जन्मात वेगवेगळी रूपं घेऊन येतात. सुख, आनंद, दुःख, खेद, क्लेष, श्रीमंती, गरिबी, क्रोध सर्व काही या कर्मांवर, कर्मांनुसार प्रतिध्वनित होत जातं. ‘आपल्यालाच क्लेष का?’ असा प्रश्न जेव्हा पडतो तेव्हा पूर्व जन्माचे धागेदोरे जर तपासले गेले तर काही अंशी आपल्याला या प्रश्नाचं उत्तर

मिळतं. या उत्तरामुळे क्लेष कमी होत नाहीत. परंतु कारणमीमांसा मिळते. त्यामुळे स्वत:ला दोष देणं, हा त्यावरचा उपाय नसून, नित्य सत्य कर्म या जन्मात हातून कसं घडावं, याचं उत्तर मिळतं. समाधान प्राप्त होतं की, घडणाऱ्या प्रत्येक गोष्टीसाठी आपण स्वत:च कारणीभूत आहोत. इतरांवर मग आरोप केले जात नाहीत. इतरेजनांना कारणीभूत ठरवलं जात नाही. समजतंय ना, आम्ही काय सांगतोय ते?''

"हो."

"म्हणूनच आज आपण तुझ्या प्रश्नांची उत्तरं मिळवण्याचा यत्न करणार आहोत. आता जसं आम्ही सांगू तसं आणि तेवढंच तू करायचंस."

"जी."

"नीज या गादीवर. डोळे मिटून घे. हात सरळ, पाय सरळ, कपाळावर आठ्या नकोत. अगदी सैल सोडून द्यायचं शरीर. जशी एखादी गोण आपण ठेवू तशी राहते – तसं – हे शरीर म्हणजे गोण. टाकून दे गादीवर. शिथिल करून टाक. मंद, पण पूर्ण श्वास घे. श्वास घेणं आणि सोडणं, या क्रियेत ओझं नको. सहजरीत्या व्हायला हवी श्वासोच्छ्वासाची क्रिया. नजर स्थिर हवी, पापण्यांच्या आड. पापण्यांच्या आडूनच बघायचं. लक्ष केंद्रित करून. काही दिसू लागतं अंधुकसं. बघण्याचे प्रयास नकोत. चित्र हळूहळू स्पष्ट होत जातं. बघ काही दिसतंय?"

"अं?"

"दिसतंय काही?"

"ढग आहेत."

"बरं. पुढे?"

"ढगांआड आहे काहीतरी. घर? की वाडा? राजवाडा..."

"सांग. कसा आहे राजवाडा?"

"घोडे आहेत. खूप."

"छान. बरोबर बघतो आहेस."

"पण अगदी खोल जातोय तो, अगदी खोल, बुडाला वाटतं."

"कोण?"

"तो. मी आहे का?"

"नीट बघ."

"मी आहे. त्या तिथे."

"पुढे? सांग. बघ अजून नीट बघ. बघत राहा."

मी गटांगळ्या खातोय. खोल खोल जातोय. हात-पाय मारतोय पण वर येताच

येत नाहीये. ओरडायचंय मोठ्यांदा! सुटका हवीय. शांतपणे पोहता पोहता अचानक खोल का जातोय आणि कुठे?

खोल जातोय आणि अचानक एक आधार दिसलाय. एक कवडसा. एक प्रकाशाची रेघ, प्रकाशाचा धागा. धरू का त्या धाग्याला? धरला तर तुटेल का? पण धरायलाच हवा. एक प्रयत्न करायलाच हवा. तो धागा चिवट असेल – तसा असला तर सहज यातून सुटू. त्याच्या आधाराने वर जाऊ. धरलाच! एवढ्याशा धाग्यात इतकी ताकद? धाग्याचा दोरखंड कसा काय झाला?

दोरखंड! अगदी मजबूत. तो दोरखंड मी धरला आणि वेगाने वर जाऊ लागलो. अगदी वर – टोकाशी.

टाळ्यांचा कडकडाट? अरे, ही इतकी माणसं? माझं कौतुक होतंय का? प्रश्नच नाही. मी मल्लखांब तरबेज आहे तर! माझं लक्ष माझ्या शरीराकडे गेलं. हातांचे स्नायू तट्ट फुगले होते. पोटऱ्यांवरच्या रक्तवाहिन्या फुगून तटतटत होत्या. मी घामाने निथळलो होतो. अख्खं गाव माझ्या पद्मासनाकडे डोळे फाडफाडून बघत होतं. साहजिक आहे. ज्यांना साध्या जमिनीवरही पद्मासन घालता येत नाही, त्यांना मी हवेतल्या हवेत एका साध्या दोरीवर – तिच्या आधाराने घातलेलं पद्मासन बघून आश्चर्य वाटणारच. मी फुशारलो. पद्मासन मोडलं आणि धाडकन् उडी मारली.

"माझा छावा! पठ्ठ्या जिंकलंस रं जिंकलंस!"

"आबा!" मी माझ्या बापाला मिठी मारली.

"महाराजांनी आवतण धाडलंया. सांजच्याला तैय्यार व्हा. म्या जातो आता गडावर. यायचं इसरू नगस. न्हायतर बसशीला त्या वानरांबरुबर चिलिम वडत!"

"समदी जिवाभावाची गडी हायत् माज्या, वानरं..."

"बार बार! माईला सांगून शा ये म्हंजे जालं."

"येतो नव्हं... जा तू आबा."

मी गडाच्या दिशेने निघालो. सुरुवार आणि कुडता. वर बंडी, डोक्याला पागोटं आणि पायांत चामड्याचं करकरणारं पायताण! मिशीचा आकडा केलेला. छानच दिसत होतो मी. राजांसमोर उभं राहायचं तर आपणही तोलामोलाचे वाटायला हवे ना? आबा वाटच बघत होता. उगीचच माझं पागोटं ठीकठाक करत त्याने मला राजांसमोर उभं केलं.

"महाराज, मुजरा!"

"बोला मोरोबा."

"ह्यो माझा छावा, शिवा!"

मी मुजरा केला.

"ह्याला तुमच्या पायी आणलयसा."

"इच्छा काय आहे?"

"योकदा याचा डाव बघावा. दांडपट्टा, तलवारबाजी, घोडदौड समद्यात झ्याक हाय."

"अस्सं?"

"सैन्यात दाखिल करून घ्यावं जी."

"ठीक. आम्ही सरदारांना सांगू."

"लय उपकार."

"उद्या सायंकाळी – तीन प्रहरी ये. सोजिररावांना भेट. आम्ही तसा त्यांना आदेश पाठवू. सोजिररावांनी पसंती दिली की दाखल हो."

"व्हय. आज्ञा महाराज."

मी एकटक बघत होतो महाराजांना! त्यांचा डौल, त्यांचा पेहराव, त्यांचं सिंहासन, राजवाडा सर्वच. हे महाराज? पोरगा तर दिसतोय. असेल माझ्यापेक्षा दोन-तीन वर्षांनी मोठा. पण रुबाब केवढा? तो केवळ राजाच्या पोटी जन्माला आला म्हणून. मी जन्मलो एका सेवकाच्या पोटी म्हणून आज मी हा असा. शूर तर मीही आहे. पण आयुष्यभर मुजरे करत राहणार.

सोजिररावांनी माझी परीक्षा घेतली. मी नापास होण्याचा प्रश्न नव्हताच. वयाच्या पाचव्या वर्षापासून मातीत खेळलोय. मातीत धडपटलोय, मोडलोय. सर्वांग मातीने माखून घेत मोठा झालोय. शाबासकीची थाप पाठीवर पडली तसा फुशारलो. आबाला कौतुकाने भरतं आलं.

"माझा पठ्ठ्या! साब्बास तुझी. मला ठावं व्हतच की सरदारास्नी तू खूश करणारच."

"काशे ऽ ऽ ए काशे ऽ ऽ"

"येतो वं! काय हून पुकारत ऱ्हायला वं?"

"अगो, पठ्ठ्याला साबासकी गावली सरदारांपासून."

"आसं?"

"व्हय."

"काय म्हनलं?"

"म्हनलं, शिवा रांगडा गडी हाय. महाराजांच्या दरबारात सोबल."

"आसं? लय गुणाचं प्वार. मंग आत्ता?"

"उद्याच्यान् पासून जायाचं गडावर. दोगंबी संगती निगू. तू भाकर-तुकडा दीत जा त्याचाबी माज्या संगट."

"व्हय व्हय. पन् पैकं गावंल का त्याला बी?"

"गावंल की! येल हाय त्याला, पन गावंल. आसं इकदम् इचारू नव्हे नव्हं."

"बरुबर."

"चला. आता त्याच्या लगिनाचं बी बगायला हवं."

"जरा दमानं. घाई नगं. चांगल्या पंधरा-वीस मुली बगू."

"बगू की. तू बगच, कसा दणक्यात बार उडवतो ते."

माई-बाबा खूष होते. मीही आनंदात होतो. सोजिररावाला जिंकणं कठीण नव्हतंच. पण मला हजारोंमधला एक बनून राहायचं नव्हतं. तसा मी राहणारही नाही. मला सोजिररावाची जागा दिसत होती. मी आज्ञा करायची आणि इतरांनी त्यापुढे मान तुकवायची. मुजरा मलाही झडायला हवा आणि असं जर व्हायला हवं असेल तर आधी सोजिररावाची मर्जी संपादायला हवी. ध्येय एकदा ठरलं की कृती सहज घडत जाते.

तसंच झालं. माझ्यावर सोजिररावाची मेहेरनजर झाली. त्याला मी माझी इतकी सवय करवली की म्हणतात ना – 'हगल्या-मुतल्याला' माझी उपस्थिती त्याला आवश्यक भासू लागली.

"शिवा, आम्ही तुझ्यावर मोठी जबाबदारी टाकतोय."

"जी सरदार."

"उद्यापासून महाराजांची उठ-बस बघायची."

"जी."

"त्यांचा खास अंगरक्षक म्हणून तुझी निवड करत आहोत."

"जी, ह्यो माझा सन्मान हाय."

"सदरेवर जा. तुझी कापडं घे. भाला आणि तलवारही घे. आम्ही तशी तजवीज केली आहे आणि आजपासून तुझं वेतन पन्नास मोहरा असे असेल."

"लई उपकार सरदार."

"परंतु जेव्हा केव्हा महाराजांना तुझी आवश्यकता नसेल तेव्हा मात्र आम्हांला वर्दी दिली पाहिजे."

"जी!"

दरबार भरलेला होता. माझ्या नावाचा पुकारा झाला.

"शिवा मोरोबा लोखंडे ऽ ऽ हाजिर हो ऽ ऽ."

मी दरबारात गेलो. महाराज सिंहासनावर विराजमान झालेले होते. दोहोबाजूंनी अनेक सरदारांची पलटण त्यांच्या हुद्द्यांप्रमाणे स्थानापन्न झाली होती. मी लवून सर्वांना मुजरा केला त्रिवार आणि ताठ उभा राहिलो. सोजिरराव आसनावरून उठले.

"महाराज, हा शिवा. काही महिन्यांपूर्वी मोरोबांनी ह्याला आपल्या दरबारी हजर केलं होतं. आपल्या मर्जीनुसार गेले सहा महिने हा आमच्याकडे पारख करण्यासाठी होता आणि कठिणातील कठीण प्रसंगी त्याची समयसूचकता आम्ही परिक्षिली. त्यात तो यशस्वी झालाय. आपला खास अंगरक्षक म्हणून आम्ही शिवाची निवड केली आहे. आपली आज्ञा झाली तर या क्षणापासून तो आपल्या सेवेत हजर होईल."

"सोजिरराव, आपल्याला माणसांची पारख उत्तम आहे, हे आम्ही जाणतो. खचितच शिवा धडाडीचा, कर्तव्यदक्ष असणार. आम्ही आपली विनंती मान्य करीत आहोत."

मी हसलो. मला हेच तर व्हायला हवं होतं. आधी सोजिरराव आणि आता महाराज! महाराजांची मर्जी संपादन करण्यासाठी सहा मास लागणार नाहीत, हे मला पक्कं ठाऊक होतं. माई-बाबा आनंदात होते. त्यांना आकाश ठेंगणं झालं. भर दरबारात माझी झालेली प्रशंसा आबांच्या पाठीचा कणा ताठ करत होती.

घरी पोहोचलो तर माई दाराशीच भाकरतुकडा घेऊन उभी! तिने तो माझ्यावरून ओवाळून टाकला. तिचा एकुलता एक पोरगा भर दरबारात नाव कमवून आला होता.

"ये रे बाळा माज्या. बस. न आता सांग समदं... काय काय जालं दरबारी?"

"माई, माजं काम लई भारी वाटलं सरदारास्नी. आता म्या महाराजांचा खास गडी झालूया. त्यांची समदी जबाबदारी आता माज्यावर हाय. ही बग कापडं! नी ह्यो मोत्यांचा हार. महाराजांच्या मर्जीतला तर त्याची बी शान हवी नव्हं!"

"लय गुनाचं प्वार माजं! आता सिवा, लई मोटी जबाबदारी हायसा तुज्यावर. इमाने वाग. न इस्वासाला तडा जाऊ दिऊ नगं!"

माईने समजावलं. मीही समजलो. महाराजांच्या सेवेत आणि त्यांच्या संरक्षणात जराही कमतरता ठेवत नव्हतो. राजवाड्यावरच माझं जेवणखाण सुरू झालं. रोज मिळणाऱ्या पक्वान्नांनी आणि साजूक तुपात शिजवल्या जाणाऱ्या अन्नाने मी आडवा वाढू लागलो. जबरदस्त अंग मेहनत, कसरत आणि असं अन्न! मग अजून काय हवं?

पण अजून काही हवं होतंच. मला इथे फक्त एवढ्यावरच समाधान मानायचं नव्हतं. माझं समाधान होतही नव्हतं. मला सरदारकीची वस्त्रं खुणावत होती. सोजिरराव आता म्हातारा झालाय, त्याला ही जबाबदारी आता पेलवत नाही, हे महाराजांना सांगणं, पटवून देणं, त्यांच्या गळी उतरवणं आवश्यक होतं. पण कसं?

आणि मला संधी मिळाली. महाराज दौलतीच्या रक्षणासाठी शत्रूवर चाल करून जाणार – असे खलिते राज्यभर गेले. स्वारीची तयारी सुरू झाली. सैन्य गोळा होऊ लागले. डेरे पडू लागले.

"माई, आबा येतो."

"ये. मोटा पराक्रम गाजवून ये. महाराजांचं रक्षण कर. घाव तुज्यावर झेललास तरी चालंल, पण महाराजांच्या केसालाबी धक्का लागू दिऊ नगस."

"व्हय!"

आणि मी महाराजांच्या बरोबरीने घोड्यावर स्वार झालो. कोस कोस अंतर कापत राहिलो आणि नदीच्या अलीकडे डेरे पडले. रात्री चढाईची आखणी होत होती. मीही डेऱ्यातच होतो. कसंही करून या चढाईत माझं कौशल्य दिसलं पाहिजे, ही माझी जिद्द होती. नदीच्या पलीकडे शत्रू होता. तो कसंही करून अलीकडे यायला हवा, असा कट रचला गेला होता. एकदा का तो अलीकडे आला की, त्याच्यावर हल्ला करून त्याला नामशेष करता येणं सहज साध्य होतं. मी हा विडा उचलला. महाराजांना विनंती केली की, त्यांनी त्यांची छावणी दाट झाडीत लावावी. हे माळरान मोकळं असायला हवं. आपले डेरे शत्रूला दिसता कामा नयेत.

"शिवा, आम्ही मागे हटू म्हणतोस?"

"तुला तर आम्ही हुशार, धाडसी समजत होतो आणि तू स्वत:तर भित्रा ठरलासच, आम्हीही भित्रे ठरावे असं तुला वाटतं की काय?"

"सरदार, माझं ऐकावं. म्या भित्रा न्हाय, आपणाला भित्रं म्हणण्याची माझी छाती न्हाय. तरीही विनंती आसा की माजा डाव वळखावा. शत्रूला त्याचा डेरा सोडायला लावतू बगा."

"विचार काय आहे?"

"महाराज, आपण जंगलात मुक्काम करावा. म्या लाचार हून नदीपल्याड जातू. सांगतू की आपण घाबरलासा. सरण यायला तैय्यार हायसा. जे शिवबा राजांनी क्येलं... त्येच आपन करायचं. नदी पार करून येतू त्याच्यासकट. मग हाना..."

"लहान आहेस. अनुभव काहीच नाही. आम्ही आत्तापर्यंत कित्येक लढाया

केल्या. शत्रूचं पाणी आम्ही जोखून आहोत. महाराज, याच्या म्हणण्याला काही अर्थ नाही. नदी पार करून आपणच जावयास हवे.''

''सरदार, येक डाव बगा तरी.''

''शिवा, तू तुझी जागा सोडून बोलतो आहेस. इथे मातब्बर सरदार जमले आहेत. त्यांचा अवमान होतो आहे.''

''महाराज...''

''शिवा तू डेऱ्याच्या बाहेर थांब. निगराणी कर. कुणालाही आत येण्याची परवानगी देऊ नकोस. आम्ही वर्दी देऊ तेव्हाच ये.''

मी चडफडलो. शत्रू नामी होता. त्याचा फौजफाटाही प्रचंड. सहजासहजी तो बधणार नाही. काहीतरी करायलाच हवं. पण... मी डेऱ्याबाहेर उभा राहिलो. मनात मात्र कोलाहल होता. मी सांगतोय ते योग्यच होतं. पण, माझं कुणी ऐकत नव्हतं. मला बच्चा समजत होते सगळे. मी महाराजांनी मला बोलावण्याची वाट बघत होतो. अगदी उशीराने, सर्व सरदार आपआपल्या डेऱ्यात गेल्यानंतर महाराजांनी पुकारलं,

''शिवा ऽ ऽ''

''आलो जी.''

''मशाली विझव आता आणि रात्रीच्या पहाऱ्यासाठी शिपाई सांग. तू आता रजा घे.''

''जी.''

''अरे जा आता. आम्ही ठीक आहोत आणि आता जरा विश्रांती घेणार आहोत.''

''जी, सरकार...''

''बोल.''

''गाजं जरा ऐकावं! म्या सांगतूया...''

''पुन्हा तुझं सुरू झालं... ठीक, सांग.''

आणि मी सुरुवात केली. माझ्या मनातले सर्व आराखडे त्यांच्यासमोर मांडले आणि, आणि मी यशस्वी झालो. महाराजांनी माझी पाठ थोपटली आणि पहाटेच सर्वांना आदेश सुटले... डेरे हलले... मागे सरले आणि मी नदी पार केली.

आणि मी जिंकलो! माझे आराखडे योग्य ठरले. शत्रूला नदी ओलांडून या किनाऱ्यावर यावंच लागलं. आशेने, लोभाने तो आला आणि मग एकच हल्ला केला आणि शत्रू नामोहरम झाला.

राज्यात परतून आल्यावर माझं फुलांनी, गुलालाने, आतषबाजीने स्वागत झालं. बाजार, सर्व रस्ते फुलून आले होते. आधी मी घरी धावलो, तिथे माई दारात आतुरतेने वाट बघत उभी होती. तिला गळामिठी घातली आणि राजवाड्यावर जायला निघालो.

दरबार माझी वाट बघत होता. मोठ्या इतमानाने माझं स्वागत झालं. तुतारी निनादली. फुलांच्या पाकळ्यांचा वर्षाव झाला. मी सिंहासनाधिष्ट महाराजांना लवून मुजरा केला. माझ्या शिरावर शिरपेच खोवण्यात आला. चांदीच्या तबकात जरीमुठीची तलवार आणि जरीचा शेला! ते तबक महाराजांसमोर धरण्यात आलं. त्यांनी त्या तबकाला हस्तस्पर्श केला आणि तो नजराणा मला देण्यात आला. पुनश्च मुजरा करून मी जेव्हा उभा राहिलो तेव्हा माझी नजर राणीवशाकडे वळली आणि तिथेच स्थिर झाली. मोहक, सुंदर राजकन्येला बघून मी मोहित झालो. राजकन्याही मलाच न्याहाळत होती. अगदी स्थिर, एकाग्र नजरेने. मी हळूच हसलो. मानेनेच तिला अदब केलं. तिचीही मान अदबीने थोडीशी वाकली, नजर वळली, पण पुन्हा माझ्यावर स्थिरावली आणि तेवढ्यात महाराजांचे शब्द कानी पडले,

"शिवा, आम्ही तुझ्या कर्तबगारीवर खूष आहोत. राज्याला तुझ्यासारखी बुद्धिमत्ता, धैर्य असणारे सरदार हवेत. आजपासून तुला आम्ही सरदारकी देऊ करत आहोत. सोजिररावांच्या जागी मुख्य सरदार म्हणून तुझी नियुक्ती होत आहे."

मी आनंदलो, आश्चर्यचकित झालो, अभिमानाने फुललो, त्रिवार मुजरा केला आणि पुन्हा नजर वळली ती राजकन्येकडे. राजकन्या हर्षभरित झालेली दिसली. मनाने कौल दिला. दिलाने कौल दिला. पाठ न दाखवता मी आस्ते कदम मागे मागे गेलो आणि 'सरदार' म्हणून असणाऱ्या आसनावर स्थानापन्न झालो.

आणि इथूनच माझ्या आयुष्याला कलाटणी मिळाली. सर्व सैन्य माझ्या हुकमतीवर चालू लागलं आणि राजकन्या माझ्यावर लुब्ध झाली. माझी जिद्द वाढली. आता तर मला राजकन्येशिवाय चैन पडेनाशी झाली. तिचा सहवास मिळावा यासाठी मी आतुर झालो आणि आम्ही चोरून भेटू लागलो. आबा-माई त्यांच्या कर्तृत्ववान मुलाचं गुणगान करण्यात मश्गुल राहू लागले आणि लग्नासाठी, त्यांची सून घरी यावी, यासाठी हट्ट धरू लागले.

"बाळ, अरे आता समदं झ्याक झालंया. तवा लगीनाचं बग! म्या किती वाट बगायची रं सुनेची?"

"माई, येल हाय आजून. जरा घर छान करू. या झोपडीत कसाला कुनाला आनायचं गं? वाडा बांधू झ्याक. मंग लगीन."

"बावला झालायस जनू! वाडा बांधायचा तर जागा नगं? पैका नगं? तवर म्या जगतूया व्हय?"

"आबा, तुमी नुस्तं बगा आत्ता, व्हतंय वाडा आपला आन् आपुन वाड्यातच ऱ्हानार."

दोघांना सतत समजवत राहावं लागे. त्यांना काय सांगू? राजकन्या झोपडीत राहायला येईल का? शक्य नाही. तिच्यासाठी वाडाच हवा. कसा होणार पण?

"कसला विचार चाललाय शिवा?"

"घराचा. आपण लगीन करणार तर तुला माझ्या झोपडीत कसं काय नेऊ? तुझ्यासाठी किमान वाडा हवा."

"काही नको. तू बरोबर असताना मला वाड्याची काय गरज? जसा तू राहत आहेस, तशीच मीही राहीन."

"ह्ये काही खरं न्हाय रानी! तुला अशा ठिकानी न्यायचं म्हंजे तुज्यावर अन्याय. पन तू काळजी करू नगस. म्या हाय, म्या करेन सर्व..."

"माझा राजा! तुझं मन ते माझं सिंहासन, तुझं प्रेम ते माझं जीवन. तुझा पराक्रम तो माझा अभिमान..."

"रानी ऽ ऽ!"

पण घात झाला. पहारेकऱ्यांनी महाराजांना सतर्क केलं. आमचं प्रेम भर दरबारी उघडं पडलं आणि माझी ताताहात सुरू झाली. मी अंधार कोठडीत बंदिस्त झालो. पण मी छावा होतो. असा घाबरून, हतबल होऊन बंदिस्त राहणारा मी नव्हतोच. संधी मिळाली आणि मी सटकलो. सरळ राजकन्येच्या महाली गेलो. तिला तशीच उचलली. माझ्या घोड्यावर मांड ठोकली आणि भरधाव सुटलो. माझ्या मागे सरदार, त्यांचं सैन्य लागलं. मला जीवे मारण्याचं फर्मान सुटलं होतं. मी राजकन्येसोबत राज्यापासून जितकं दूर जाता येईल तितकं जात राहिलो. थकलो, भुकलेलो होतो, तहानलेलो होतो, शेवटी थांबलो. राजकन्येला सुरक्षित ठेवून नदीकाठी आलो आणि घोडांच्या टापांचे आवाज कानी आदळू लागले. वळलो. राजकन्येपाशी गेलो आणि पुन्हा दौड चालू झाली. मनाशी निर्णय घेतला आणि शत्रूचा आधार घेतला. बुद्धी माझी आणि कुमक शत्रूची. सैन्याला सामोरा गेलो आणि एकच तुंबळ युद्ध सुरू झालं. माझे सख्खे सोबती माझे वैरी झाले आणि मी एकेकाला छाटत गेलो. बेभान झालो आणि त्याचक्षणी एक मस्तक पायाशी पडलं, वार करणारा हात थांबला, नजर स्थिरावली आणि मी... हंबरडा फोडला – 'आबा ऽ ऽ ऽ' थिजलेले डोळे. मी

त्या डोळ्यांत खोल खोल जाऊ लागलो...

अंधार होता तिथे, फक्त. गडद, जाड काळोख... मला तो काळोख फाडायचाच. मी त्या काळाखोत, घट्ट अंधारात गटांगळ्या खातोय. हातपाय मारतोय, वर यायचंय, पण येता येत नाहीये – एक आधार हवाय – एक.

अंधार कोठडी. प्रकाशाचा एक धागाही दिसणार नाही. दिसत नाहीये. आता लवकरच दवंडी पिटली जाईल. ढोल-ताशे वाजतील. भर चौकात एखाद्या गनिमाला जसं फासावर लटकवलं जातं तसं मला लटकवलं जाईल. एक देशद्रोही. राज्याशी बेइमान असा मी... गाढवावरून धिंड, दगडांचा वर्षाव, ढोल-ताशे, कानठळ्या बसत आहेत. समोर चौथरा, मी चौथऱ्यावर उभा, फासाची गाठ मानेभोवती घट्ट रुतत जात आहे. पण तरीही माझी नजर शोध घेत आहे – राजकन्या ऽ ऽ!

धडपडतोय
पाय थरथरत आहेत.
वेढा आवळला जातोय.
अजून
अजून...

एका किंकाळीने 'समाधान' व्यापून गेलं.

सहा

"किती वाट बघायची?"

"हं!"

"काय झालं? चेहरा का असा? जेवायलाही आला नाहीत."

"काम होतं म्हणून..."

"दाजी ऽ ऽ, गडवा घेऊन ये रे."

"चहा ठेवा जरा."

"हो. थालिपीठंही करून ठेवली आहेत."

"हात-पाय धुवून घेतो."

"बरं. दगडीतलं पाणी संपलं आहे. आतच या."

"सांगा. काय झालं?"

"विभावरी, सर्व काही अद्भुत आहे. माणसाच्या बुद्धीला आकलन न होणारं."

"कोड्यात बोलू नका."

"काय सांगातं, कसं सांगावं? तुझा विश्वास बसणार नाही, पण..."

"सांगा. माझ्या विश्वासाचं राहिलं बाजूला."

"तो शागीर्द."

"शागीर्द? आज भेटला होता मला बाजारात. भारी गोड पोर आहे हो. घरीही आला होता. सरबत घेतलं. जेव म्हणाले इथेच तर नाही म्हणाला."

"अस्सं? काही बोलला नाही मला! अर्थात, बोलायला सवडच मिळाली नाही. पण पोरगं फार क्लेषात आहे. काल रात्रीचीच गोष्ट. झोपेत असा काही किंचाळला... खूप घाबरला होता म्हणे. मग आज माँनी त्याला समजावलं आणि त्याच्या भीतीचं कारण विचारलं. त्याला सांगता येईना. म्हणून मग..."

"मग काय?"

"काही नाही. माँनी समजावलं आणि तो समजला."

"लगेचच? इतक्या सहजी? कमाल आहे!"

"ती कमाल माँची आहे विभावरी."

“ती कशी?”

“नाही ऐकायचीस तू! सांगतो. मॉंनी त्याला त्याच्या पूर्वजन्मात नेलं आणि त्याला जाता आलं. त्याने त्याचा एक जन्म बघितला.”

“असं? काय बघितलं?”

“ते मला माहीत नाही.”

“मला सांगायचं नाही आहे तुम्हाला. होय ना?”

“काही नियम आहेत, पाळावे लागतात.”

“शागीर्दला कळलं की तो कोण होता?”

“होय.”

“काय केलं त्याने ते समजल्यावर?”

“किंचाळला, रडला. अगदी ओक्साबोक्सी रडला.”

“का देताय या यातना त्याला?”

“यातनांतून त्याची मुक्तता होण्यासाठी...”

“अशी मुक्तता होते?”

“होते.”

“तुम्ही... तुमची मुक्तता झाली?”

“विभावरी...!”

“मला ठाऊक आहे. तुम्हीही पूर्वजन्म बघितलात. होय ना? आपल्याला मूल नाही, हे कारण शोधण्यासाठी...”

“विभा ऽ ऽ!”

“मुक्त झालात?”

“...”

“सांगा.”

“नाही.”

“यातना वाढल्या ना अजून?”

“...”

“असं गप्प राहू नका. बोला. मोकळे व्हा.”

“यातना वाढल्या विभावरी...!”

“मग कशासाठी हे सर्व? मान्य करावं की ‘नाही मूल’ संपलं. त्याचं कारण समजून घेऊन काय फरक पडला? शेवटी सत्य तसंच राहतं ना?”

“विभा... सत्य तसंच राहतं. अगदी तसंच.”

“राहू दे. विनाकारण वाद घालत बसले. विसरून जा. पण एक सांगावसं वाटतंय. त्या पोराला घरी बोलावत जा आपल्या. येऊ दे इथे. रमेल जरा. हे घरही

भरल्यासारखं वाटेल.''

"मी सांगेन माँना.''

"तिला कशाला?''

"आश्रमात राहतोय तो. त्यांच्या परवानगीशिवाय कसा येणार तो?''

"आश्रम आहे की तुरुंग?''

"बोलवेन मी त्याला.''

"शांत निजा आता. मी आतलं आवरून येते.''

शागीर्द अस्वस्थ होता. 'तो मुलगा म्हणजे खरंच आपणच होतो? आपण आपल्याच वडिलांना मारलं? कधी? कोणत्या जन्मात? म्हणून आपल्याला आई-वडील नाहीत? जात नाही, धर्म नाही? माणूस म्हणून जगायचं फक्त? हे असं? नाही सहन होत. का ऐकलं आपण माँ प्रत्युज्ञांचं? त्या सांगतात म्हणून आपण हे मान्य का करायचं की तो मुलगा म्हणजे आपणच? हे शक्य नाही. हे शक्य नाही... फार एकटं, पोरकं वाटतंय. अब्बाजी ऽ ऽ, आ जाइये आप! मैं अकेला हूँ। बहुत अकेला. अब्बाजी ऽ ऽ ऽ!'

शागीर्दचं मन आकांत करत होतं. डोळ्यांसमोर सतत, सतत तेच चित्र येत होतं. पायांशी पडलेलं, छाटलं गेलेलं मुंडकं! आणि गळ्याभोवती आवळत जाणारी ती दोरी... रस्सी... घट्ट... थरथरणारे, धडपडणारे पाय...

"शागीर्द... शागीर्द...''

"दा ऽ ऽ!''

"काय झालं?''

"मी पापी आहे. मी, मी खुनी आहे.''

"शागीर्द, असं का म्हणतोस?''

"मला जायचंय इथून. नहीं रहना यहाँ!''

"कुठे जाणार आहेस?''

"नाही माहीत.''

"जेवायचं आहे, तुला बोलवायला आलो आहे. सगळे शिष्य प्रार्थना करून, जेवून झोपायला गेलेसुद्धा.''

"नको मला जेवण. इच्छा नाही.''

"असं कसं? मीही नाही जेवलो.''

"पण.''

"चल. चल."

"माँ..."

"त्या निवासात आहेत."

"मला भेटायचंय त्यांना. आत्ता, लगेचच."

"ही वेळ नाही त्यांना भेटण्याची."

"मालूम है । फिर भी..."

"चल. जेवूया आता. सकाळी भेट त्यांना."

शांडिल्य समजूत घालून थकला तरी शागीर्द नाहीच गेला. शांडिल्य निघून गेला तशी शागीर्दने दार लावून घेतलं आणि बऱ्याच दिवसांनी अब्बाजी नमाज पढायचे, तसा नमाज तो पढू लागला – 'या अल्लाह, इल्लिाल्लाह...'

अल्ला – अल्ला – जप आणि जपाचा ध्वनी वाढत गेला. वाढत राहिला.

आत्मसिद्ध आश्रमात प्रथमच देवाच्या नावाच्या जागी 'अल्लाह' घुमू लागला. रात्री उशिरापर्यंत.

माँ प्रत्युज्ञांनी निवासाचं दार आतून बंद केलं आणि त्या शांतपणे प्रशस्त मखमली गादीवर बसल्या. आज त्यांना आलेला हा अनुभव अगदी नवा होता. स्वामी दयांच्या कृपेने त्यांना पूर्वजन्मात जायची आणि इतरांना पूर्वजन्मात घेऊन जाण्याची सिद्धी प्राप्त झाली होती. आजतागायत त्यांनी अनेकांना, त्यांच्या पूर्वजन्मात नेलं होतं, परतून आणलं होतं. ध्यानाच्या मार्गातून त्या स्वतःही एक-दोनदा स्वतःच्या पूर्वजन्मात जाऊन आल्या होत्या. पण शागीर्दचा पूर्वजन्म काही वेगळाच, फार प्रभावी होता असं त्यांना जाणवत होतं. आज माँ प्रत्युज्ञा श्रमल्या होत्या. हा थकवा त्या पूर्ण प्रवासाचा होता. आता अगदी शांतता हवी होती. पूर्ण शांतता. ती ध्यानातूनच मिळणार, हे माँ प्रत्युज्ञा जाणून होत्या. त्यांनी ध्यानाची बैठक घेतली. शरीर शिथिल केलं. डोळे मिटले. नजर आज्ञाकेंद्रावर स्थिर केली. मनात उठणारी विचारांची वादळं त्या त्रयस्थपणे बघण्याचा प्रयत्न करू लागल्या.

'वादळ घोंघावत होतं. हे असं वादळ ती पहिल्यांदाच बघत होती. हे वादळ आपलं जीवन उध्वस्त करणार आहे, हे तिला माहीत नव्हतं. त्या वादळात सर्व काही धूसर होत होतं.

"काय म्हणावं या वादळाला?"

"आई, मला भीती वाटते."

"ये, जवळ ये माझ्या. अगं बाई, वीजही गेली."

"दिसत नाहीये काही."

"थांब हं. घाबरू नकोस. मी इथेच आहे. मेणबत्ती बघते. तीही विझेलच. पण..."

"आई, ये ना जवळ."

"आले हं."

"खिडकी बघ – आपटतीय!"

"हो."

"लाव ना ती."

"लावते हं."

"आई, बाबा नाही आले अजून."

"येतील."

"कधी?"

"कसं सांगू कधी ते? शहरात गेलेत. वादळात सापडले असतील. अडकले असतील."

"काकाला बोलाव ना!"

"त्यांना कसं बोलवणार? घर दूर आहे ना."

"फोन लाव."

"बंद पडलाय."

"आई."

"तू शांत राहा. एकदम शांत. देवाचं नाव घे."

"राम राम राम..."

"राम नाम, सत्य है..."

"राम नाम... सत्य है..."

वादळ. वादळात सापडलेली एस.टी. ड्रायव्हरला रस्ता दिसला नाही. बस दरीत कोसळली. अगदी खोल खोल दरीत. त्या दरीत, शेकडो किंकाळ्या, जखमींच्या, नातेवाईकांच्या. आणि वादळ... शमलं. त्याचं पोट भरलं त्या किंकाळ्यांनी. बाबा गेले. आईचं कुंकू पुसलं, हिरवा चुडा ठेचून फोडला गेला. मंगळसूत्र उतरवलं गेलं... आईचा हंबरडा आणि राम नाम एकमेकांत मिसळून गेलं... दिसतंय. आत्ताही ते सर्व चित्रं जसच्या तसं दिसतंय. ती परकर पोलक्यातली पोर अचानक मोठी झाली आहे. तिचं बाल्य हरवलं आहे. जगण्यासाठी आईची धडपड चालू आहे आणि आईने पुन्हा कुंकू लावलं आहे, हिरवा चुडा भरला आहे, गळ्यात मंगळसूत्र घातलं आहे. त्या खोलीचं दार त्या पोरीसाठी बंद झालं आहे. आई आता जवळ नाही घेत.

रात्री तिच्या कुशीत शिरता नाही येत. ती वाट बघत आहे. पुन्हा वादळ होण्याची. पुन्हा एकदा आईचं कुंकू पुसलं जाण्याची. पुन्हा एकदा हक्काने त्या आधार मिळणाऱ्या कुशीत शिरण्याची... वाट बघत आहे – वाट बघत आहे...'

माँ प्रत्युज्ञांचं ध्यान तुटलं. डोळ्यांच्या कडा ओलावल्या होत्या. त्यांनी डोळे पुसले. काही क्षण माँ प्रत्युज्ञा तशाच बसून राहिल्या. जड होऊन... कितीतरी वेळ. पण मग त्यांनी निकराने बैठक मोडली. शुभम् शुभम् म्हणत त्या मखमली बिछान्यावर आडव्या झाल्या. दिवा मालवला. खिडकीतून चांदणं अलगद आत शिरलं. त्या चांदण्याच्या शीतलतेने माँ प्रत्युज्ञा शांत झाल्या. मनातली, विचारांतली कमल वैशंपाय पार दूर निघून गेली. निद्रेच्या आधीन होता होता आपण 'माँ' आहोत, हा आत्मसिद्ध आश्रम हे आपलं साम्राज्य आहे, या विचारांनी त्या शांत झाल्या. हलकंसं हसू चेहऱ्यावर उमटलं आणि मग मात्र अगदी खोल झोप. जगाशी नातं तोडणारी – तीत त्या बुडून गेल्या.

स्वामी संतोष आत्मसिद्ध आश्रमात आले आणि सर्वप्रथम त्यांनी स्वामी दयांच्या मूर्तीसमोर डोकं टेकलं. तिथून ते मुख्य कार्यालयात गेले.

"शुभम् स्वामी."

"शुभम् शांडिल्य – अरे, सरदेसाई, सेवक आणि हा ऽ शागीर्द. बरोबर ना? सगळेच आहात इथे – उत्तम!"

"प्रवास कसा झाला?"

"माँची कृपा – उत्तम!"

"कार्य साध्य झालं?"

"ती त्याची इच्छा! मग साध्य का नाही होणार? माँ येतच असतील ना?"

"होय."

"तेव्हाच सविस्तर सांगतो."

"बरं. जलपान घ्या."

"मी जातो दा."

"दा? म्हणजे कोण?"

"स्वामी, हा मला दा म्हणतो."

"उत्तम... कुठे निघाली स्वारी?"

"बाजारात स्वामी."

"उत्तम... उत्तम..."

"शुभम्."

"शुभम् शागीर्द."

"रुळला वाटतं? आणि का नाही रुळणार! आत्मसिद्ध आश्रम आहे हा! उत्तम उत्तम!"

"स्वामी – माँ येत आहेत..."

"शुभम् माँ."

"शुभम् शुभम्. बसा. कसा काय घडला प्रवास?"

"उत्तम..."

"सविस्तर सांगा..."

"बेळगावातच विवाह करावेत. सर्व मिळून शहाण्णव जोडपी आहेत. त्यांचे पोशाख, साड्या, मंगळसूत्र, चुडा आणि आहेर. शिवाय पंगत असेलच. स्वामी अनंत सर्व व्यवस्था बघतील. त्यांच्या मदतीला माँ प्रज्ञा असणारच आहेत. मंडप घातला जाईल. मोठी जाहिरात होईल. आपल्या वेबसाईटवर सर्व माहिती येईलच."

"मुहूर्त?"

"आपण सांगावा."

"बरं."

"खर्चाचं काय?"

"ते मी बघेन. शिवाय सरदेसाई, शांडिल्य आहेतच मदतीला."

"ठीक. आम्हांला पूर्ण कार्यक्रम कागदोपत्री लिखित हवा."

"जी."

"हिशोबांसकट."

"जी."

"आता विश्रांती घ्या स्वामी."

"जी माँ येतो. शुभम्."

"शुभम् शुभम्."

"माँ, तांबटांना सांगायला हवं या सामूहिक विवाह सोहळ्याबद्दल."

"जरुर सांगू. प्रथम मीडिया बोलवा. पत्रकारांना बोलवा. इथे रहिमतपूरमध्ये सगळेच येतील असं नाही. सरदेसाई, रत्नागिरीच्या प्रवचनांच्या तारखा समजल्या ना?"

"होय माँ."

"आम्ही चार दिवस आधी निघू. मुंबई गाठू आणि त्याआधी पुण्यालाही जाऊ.

तिथे मीडिया येईल. केवळ 'एक दिवस भेट' असे बॅनर्स लावा सर्वत्र. गोखले पुण्यातच आहेत ना, हे बघा. राजवाड्यांनाही कळवा. मुंबईत बॅनर्स लागले पाहिजेत. आमचा नवीन फोटो पाठवून द्या. या फोटोत दागिने नकोत. गळ्यात केवळ मोगऱ्यांच्या फुलांचा एक पदरी दोर असावा. कुंकू तसंच मोठ्ठं. हातातही मोगराच असू देत. बांगड्या नकोत.''

''जी.''

''प्रसंगानुरूप व्यक्तिमत्त्व हवं. फोटोग्राफरला बोलावून घ्या आणि आमच्या या वस्तूंची पूर्तता करून ठेवा.''

''आज्ञा.''

''सायंकाळी प्रवचनात भेटू. शुभम् शुभम्.''

''शुभम्.''

माँ प्रत्युज्ञा खूष होत्या. त्या वेगळ्या फोटोमुळे जनमानसात एक वेगळीच प्रतिमा तयार होणार याची त्यांना खात्री होती. 'या वेषामुळे काही काळापुरतं तरी आपण कमल होऊ. लहानपणी किती नाद होता आपल्याला. आईची पांढरी साडी गुंडाळायची. केसांचा आंबाडा बांधून घ्यायचा तिच्याचकडून. वर मोगऱ्यांचा गजरा. अगदी घट्ट गुंफलेला. गळ्यातही पाच-सहा गजरे एकत्र बांधून हार करून घालायचे. हातातही एक-एक गजरा. मनगटांवर. मग तो कुठला सिनेमा? ऽ ऽ अं ऽ ऽ? त्यात ती नटी अशीच नटून हलत-डुलत गाणं म्हणायची आणि समोर बसलेले वा वा म्हणायचे. मग आपणही गाणं म्हणत डुलत राहायचो. एकदा अशीच हुक्की आली होती. गाणं म्हणत होतो – पण यावेळेला ते गाणं चुकीचं ठरलं. भलतंच कुठलं तरी आणि आई आली आणि पाठीत दोन धपाटे घातलेन. 'बाजार बसवी, काय ही लक्षणं?' अर्थच कळला नव्हता तेव्हा. पण – नंतर समजला... जेव्हा खरोखरच... बाजार मांडला गेला...

आई, आता बाजार नाही. आता कुणी मला हाक मारत नाही – आता, आता सगळेजण माझ्या पायांशी असतात. हा फोटो जेव्हा काढला जाईल, जागोजागी झळकेल तेव्हा तुला समजेल आई, जाणवेल – ते माझं लहानपणातलं नटणं म्हणजे भविष्यात हे रूप होणं होतं.' सुंदर, सोज्ज्वळ, प्रसन्न असं काहीसं कमल वैशंपायचं मन झालं होतं. कमल ते प्रत्युज्ञा – कष्टापासून – सुखापर्यंत... माँ प्रत्युज्ञांच्या मनात लहानगी कमल नाचत होती, बागडत होती.

निवासात येऊन माँ प्रत्युज्ञांनी दार लावून घेतलं आणि त्या आरशासमोर उभ्या राहिल्या. स्वत:ला मोगऱ्याच्या माळेत कल्पू लागल्या... हसू लागल्या...

मोगऱ्याच्या फुलांचे हार करण्याची ऑर्डर सरदेसाईंनी माळ्याला दिली आणि त्यांनी आपल्या वाड्याची वाट धरली.

वाड्यापाशी पोहोचतात तोच त्यांना हसण्याचा आवाज आला. 'विभावरी हसत्येय? कसं काय? कोणी पाहुणे आलेत की काय?'

"विभावरी ऽ ऽ"

"आले."

"कोणी आलंय? हसत्येस ती?"

"आलंय कुणी. आत या."

"शागीर्द तू?"

"सर, नमस्कार..."

"शुभम्, तू कसा इथे?"

"काकूंनी आग्रह केला – म्हणून."

"छान छान. पण आश्रमात..."

"जातो आता. निघालोच."

"बैस रे. गाणं म्हणणार होतास ना?"

"गाणं? आणि तू?"

"उत्तम गातो. गा रे..."

"गाऊ?"

"बेलाशक..."

वाड्यात सूर उमटू लागले. हळवे. मनाचा ठाव घेणारे.

"आज अगदी आनंदात आहेस?"

"हो. शागीर्द आला की मला खूप छान वाटतं."

"नेहमी येतो?"

"बरेचदा. मला त्याची बाजारात जाण्याची वेळ ठाऊक झाली आहे. मी जाते मग साधारण तेव्हाच बाजारात. भेटतो तिथे आम्ही. रोज नाही. पण आठवड्यातून दोन-तीनदा."

"सांगितलं नाहीस मला कधी?"

"ती तुमची माँ आहे ना – तिला समजलं तर... मला हा आनंद नाही हरवायचा."

"मी सांगेन माँना, असं वाटतं?"

"सहज बोलून जाल."

"हं."

"रागावलात?"

"नाही. शागीर्द किती हसत होता. त्याचं आश्चर्य वाटतंय."

"त्याला सर्वसाधारण माणसासारखं वागवा. तो मग तिथेही हसेल. कसलं दडपण असतं एवढं त्याला?"

"काही समजत नाही. तिथे तो वेगळा असतो. त्याचं तेच रूप मला माहीत. पण आज मात्र वेगळा शागीर्द बघितला."

"त्याला राहू दे आपल्याचकडे."

"ते शक्य नाही विभावरी."

"तिथे तो कोमेजून जाईल."

"आपण कोण ठरवणार? शागीर्दलाही तसं वाटायला हवं ना?"

"सांगितलंत कधी त्याला तर वाटेलही. बोलून बघा."

"तू हट्टी होत चालली आहेस. लहान मुलीसारखी. नवथर."

"काहीही म्हणा – पण बोला."

"बघतो. सध्या आश्रमात फार धावपळ चालू आहे. शहाण्णव जोडप्यांचा सामूहिक विवाह होणार आहे. बेळगावात, माँच्या कृपेने."

"असं?"

"होय. विधायक कार्य आहे हे. गरीब, अनाथ मुलं, मुली."

"खर्च ती करणार?"

"होय."

"पैसा आहे तेवढा तिच्याकडे?"

"दर्शन देणार आहेत त्या मुंबई-पुण्यात. भक्त येतात, काही ना काही श्रद्धेने देतात. त्या पैशांचा विनियोग हा असा होणार."

"म्हणजे पुन्हा लोकांचा पैसा आणि उदोउदो तिचा."

"स्वत:साठी तर वापरत नाहीत ना त्या?"

"एवढे दागिने घातलेला फोटो..."

"नाही. दागिने काढून टाकणार आहेत त्या. साधी मोगऱ्याची माळ, श्वेतवस्त्र असा फोटो असणार आहे."

"असं?"

"होय."

"जेवायला वाढते, या."

"दाजी कुठे आहे?"

“शेतावर गेला आहे. गडी बोलावलेत आज. पेरणी व्हायची आहे ना.”
“विसरलोच होतो. मी जेवून शेतावर जाईन. दाजीचा डबा भरून ठेव.”
“बरं. शिंदे येणार आहे संध्याकाळी. त्याला बोलायचंय तुमच्याशी.”
“ठीक. आज आश्रमात जाणार नाही मग.”

विभावरी सरदेसाई आणि विनायक सरदेसाई जेवत होते. पण दोघांचं मन दोन दिशांना होतं. विभावरी सरदेसाई शागीर्दच्या सुरांत हरवल्या होत्या आणि विनायक सरदेसाई शेतातल्या कामात आणि शिंदेच्या भेटीमागच्या कारणात...

माँ प्रत्युज्ञा आपल्या नव्या प्रतिमेच्या विचारात...
शांडिल्य – नव जोडप्यांच्या विचारात.
स्वामी संतोष – स्वत: ध्यानात
आणि
शागीर्द – अब्बाजींच्या सुरांत – गाण्यात – गझलेत...

आत्मसिद्ध आश्रमावर अमावस्येची रात्र उतरत होती. रहिमतपूरवर अमावस्येचा दाट काळोख पसरत होता आणि स्वामी दयांच्या मूर्तीजवळ एक ज्योत हलकासा प्रकाश देत होती...

बाकी सर्व सामसूम होतं.

सात

"माँ प्रत्युज्ञांना भेटायचं म्हणतोय."

"कोण तुम्ही?"

"आता घ्या! मला वळखत न्हाय काय? आमी आमदार. तांबट म्हणत्यात."

"माँना भेटायची ही वेळ नाही. अपॉईंटमेंट घेतली आहेत का?"

"आत्ता! देवाच्या मानसाला भेटायला अपॉईंटमेंट घ्यावी लागते काय? काय बोलता राव?"

"ही वेळ माँच्या विश्रांतीची आहे. संध्याकाळी या. साडेचारनंतर आणि सहाच्या आधी."

"येळ न्हाई तेव्हा यायला. निरोप द्या तसा. ख्येपा घालणार न्हाई म्हणावं."

"बसा तुम्ही. मी आत्ता येतो."

सेवकाला काय करावं सुधरेना. तांबट म्हणजे मोठी असामी. आश्रमाबद्दल काही असेल तर? असा विचार करत तो आत गेला.

"बाहेर तांबट आले आहेत."

"तांबट? स्वत:?"

"जी."

"पाठव आत."

"जी. आत जा, शांडिल्य साहेब आहेत तिथे."

"हा कोण?"

"आत. तिथे बसलेत."

"शुभम् आमदार तांबट."

"राम राम. म्हटलं माँ प्रत्युज्ञांना भेटावं. आहेत काय?"

"आहेत. विश्रांती घेत आहेत. कसं काय येणं केलंत?"

"आत्ता? यावं लागतंच न्हाय का? एवढं मोठं लगीनकार्य काढलंया. फोटू

लागलेत. आमच्या फोटूपेक्षा वरचढ हायत बरं.''

''काही काम?''

''व्हय की. तुम्हासंगट बोलायचं का?''

''बोलू शकता.''

''पण तुम्ही कोण?''

''मी शांडिल्य. इथला बराचसा कारभार बघतो.''

''म्हणजे कारकून व्हय? मग तुम्हांसगट नाही बोलता येनार. उठवा तुमच्या माँना.''

''आत्ता?''

''फायद्याचं बोलायला आलू या. नुकसान करून घ्याल नाही बोलावलं तर...''

''मी निरोप पाठवतो.''

''आत्ता कसं...!''

''सेवक ऽ ऽ. तू इथे थांब. साहेबांना दूध दे. मसाल्याचं बरं – नाही तर लस्सी दे.''

''जी.''

तांबट आले आहेत हे ऐकून माँ प्रत्युज्ञा आपल्या निवासातून बाहेर आल्या. काही ना काही हेतू असल्याशिवाय तांबट येणार नाहीत, याची त्यांना खात्री होती. 'स्वामींची कृपा' असा विचार करत त्या कार्यालयात आल्या.

माँ प्रत्युज्ञांचा साधा पेहराव, डोक्यावरून पदर, मोठं लाल कुंकू, पूर्ण बाह्यांचा ब्लाऊज आणि शांत, तेजस्वी मुद्रा बघून तांबटचा नूर जरा बदलला. 'शुभम्' हे माँ प्रत्युज्ञांचं वचन, हे त्याला माहीत होतं. नकळत माँ प्रत्युज्ञांना बघून त्याच्या तोंडातून 'शुभम्' उच्चारलं गेलं.

''शुभम् शुभम् बसा. आज या आश्रमात कसं काय येणं घडलं तांबट?''

''सर्वत्र बॅनर्स लागलेले बघितले. मोठं शुभकार्य करून राहिलात! म्हटलं आपन पन सहभागी व्हावं.''

''कसं?''

''आता आमी काय सांगनार? तुमीच सांगा. काय मदत करू?''

''मोठं कार्य आहे. शहाण्णव जोडप्यांचा विवाह... कामं तर बरीच आहेत. ती होत राहतील. पण आम्हाला चिंता आहे ती या आत्मसिद्ध आश्रमाची. आश्रम राहिला तर अशी अनेक कार्यं करता येतील.''

''हायच ना आश्रम?''

"टिकायला हवा तो तांबट! परंतु तुम्ही जाणता... सरपोतदारसाहेब मोठ्या मनाचे. परंतु त्यांचे चिरंजीव व शिंदे – त्यांना हा आश्रम खुपतोय. जमीन हवी आहे त्यांना. इथे मोठा मॉल उभारायचा आहे आणि... संस्कृती बदलणार रहिमतपूरची... मॉल आला की चित्र बदलणार. त्याचे परिणाम जाणता तुम्ही तांबट..."

"जानतो ना!"

"मग? तसे ते व्हावेत?"

"न्हाय म्हंजे–"

"तुमच्यासारखी मोठ्या पदावरची माणसं जर आश्रमाबरोबर उभी राहिली तर अनेक अनाथ सनाथ होतील. आत्ताच बघा ना! आश्रमात बत्तीस अनाथ मुलं-मुली राहतात. त्यांचं शिक्षण, अन्न-वस्त्र, निवारा, शिवाय आध्यात्मिक संस्कार आश्रम करतो. बावीस वयस्कर माणसं आहेत. मुलांना हल्ली घरात वयस्कर माणसं नको असतात. त्यांचा आधार आहे हा आश्रम."

"खरंय. खरंय."

"उद्या तुम्ही-आम्ही सुद्धा वयस्कर होणार. मुलांनी तुम्हाला जर आधार दिला नाही तर हा आश्रम आहे तुमच्यासाठी. म्हणजे असं होऊ नये, परंतु असं होऊही शकतं..."

"हो."

"तांबट, विचार करा. कळवा आम्हाला. विवाह सोहळा एवढंच कार्य नाही आहे. अनेक विधायक कार्यांच्या योजना आहेत मनात. सरपोतदारांसारखी माणसं भेटत राहिली तर योजना पूर्ण होतीलच. स्वामींची तशी इच्छा आहे."

"आमी बोलतो शिंदेशी."

"माँ प्रत्युज्ञा लाचार नाहीत, हे लक्षात ठेवा. आश्रम इथे नाही तर दुसरीकडे होईल. परंतु मग रहिमतपूरचं काय होईल, हे स्वामीच जाणोत."

"हं."

"या तुम्ही. विवाह सोहळ्याला या. मांडव उभारा, पंगती वाढा, मुलींची पाठवणी करा – अनेक गोष्टी आहेत. नाहीच जमलं हे काही, तर अतिथी म्हणून या. आम्ही तुमचं स्वागत करू. शांडिल्य ऽ ऽ."

"जी माँ."

"मीडियाला कळवा. 'आमदार तांबट यांची जातीने उपस्थिती' – बातमी तयार करा म्हणावं अशी. यांच्याकडून एक फोटोही घ्या. फोटोत या सोन्याच्या साखळ्या गळ्यात नकोत, या अंगठ्याही दिसायला नकोत. गरिबा घरच्या आणि अनाथ मुलांच्या लग्नाचा सोहळा आहे. तिथे साधेपणाच हवा. काय, बरोबर ना तांबट?"

"जी."

"पटतंय ना?"

"जी."

"आश्रमात रोज संध्याकाळी सात वाजता प्रवचन असतं, प्रार्थना असते. येत जा."

"जी."

"शुभम् शुभम्."

"शुभम्."

तांबट जे काही योजून आला होता ते माँ प्रत्युज्ञांना बघितल्यावर, भेटल्यावर कुठल्याकुठे हरवलं. तांबटला प्रसिद्धी हवी होती, ती न मागताच मिळणार होती. प्रश्न होता जमिनीचा. तांबटचा डोळा होताच. पण आता पेच पडला. जमीन घ्यावी तर मीडियावाले तांबटच्या विरोधात बोंबाबोंब करणार. तसं झालं तर पक्षाकडूनही दबाव येणार. पक्षातल्या कुणाला हाताशी धरावं तर फायद्यात वाटेकरी वाढणार. मग उरणार काय आणि किती हातात? शिवाय माँ प्रत्युज्ञांना बेघर केलं, अनाथांना बेघर केल्याचं पातक माथी बसणार ते वेगळंच. तांबट सैरभैर झाला. 'आईच्यान्, झक मारली न ग्येलो भेटायला. पन बाईत काहीतरी हाय. काय? ते समजत न्हाय. पन् नाही असं म्हनूच शकलो न्हाय. उद्या त्या लगनात वाढपी झालो तरी फोटो येतोय मग प्येपरात. रहिमतपूरचा आमदार स्वोता पंगत वाढीत आहे! ये काही येगळंच होईल. पक्षाचं नाव मोठं होईल, नी आपलं पन. प्रश्न आहे की शिंदेला कसं गटवायचं? ते बाळकृस्न म्हंजे बाहुलं हाय. त्याचा प्रश्न नाही. शिंदे... त्याला बी घेऊन जाऊ प्रवचनाला? ह्ये ब्येस. आश्रमातून पन पैसा मिळतोच की. तो कसा काडायचा ते बघू...' तांबट झक्क हसला. ही कल्पना फारच छान वाटली त्याला. सरपोतदारांना भेटायचं त्याने मनाशी निश्चित केलं. आत्मसिद्ध आश्रम रहिमतपूरमध्येच राहणार, हे त्याने निश्चित केलं आणि संध्याकाळच्या प्रवचनाची तो वाट बघू लागला.

"जन्म आणि मृत्यू! दोन्ही असणारच. ते टाळू म्हणून टळू शकत नाहीत. जन्म आणि मृत्यू यांमधला जो प्रवास आहे, तो कसा करायचा, हे मात्र ठरवता येतं. आपण कार्य करत रहावं. फळ देणं न देणं हे त्याच्यावर सोडून द्यावं आणि जे काही घडत आहे, ते त्याच्याच कृपेने, यावर अढळ विश्वास ठेवावा. आपण निमित्तमात्र आहोत, हे कुणी विसरू नये."

"माँ एक प्रश्न आहे."

"विचारा."

"प्रत्येक कार्याचं फळ मिळतंच. होय ना?"

"होय."

"उद्या चांगलं फळ मिळावं, या हेतूनं केलेलं कार्य योग्य असतं का?"

"जिथे हेतू आला, तिथे स्वार्थ आला. स्वार्थ म्हटलं की मनुष्य त्याच्यापासून दूर गेला. उद्या फळ मिळेल, हे म्हणणं हीच चूक. उद्या असत नाही. सतत 'आज'च असतो. तरीही आपण 'उद्याच्या आशेवर कर्म करतो.' हे स्वाभाविक आहे. परंतु योग्य नाही. म्हणूनच रोज रात्री निजण्यापूर्वी 'त्या'चे आभार मानावेत. जे कर्म केलं असेल दिवसभरात – त्यात योग्य ही असेल, अयोग्यही असेल – तर 'त्या'ची क्षमाही मागावी आणि धन्यवादही द्यावेत. आजच्या कार्यातून मुक्तता मिळवावी."

शुभम् शुभम्.

"शुभम् माँ ऽ ऽ"

"आता ध्यानाला सुरुवात करा. शांत व्हा. स्वस्थ व्हा. बैठक घ्या. शरीर शिथिल करा. शुभम्..."

"सखी, जाताना दार बंद करून घे."

"जी माँ, शुभम्."

"शुभम् शुभम्."

"माँ शागीर्द आलाय."

"या वेळी? पाठव... आणि तू जा."

"जी."

"शागीर्द..."

"शुभम् माँ."

"शुभम् बोल. काही हवं आहे?"

"हो. मला माझे आणखी जन्म बघायचे आहेत."

"त्याची आवश्यकता नाही आता. तुझी भीती गेली. तू शांत झालास. तुला आई-वडील का नाहीत? याचं उत्तरही मिळालं. अनवधानाने जरी हत्या असली, तरी ती हत्याच. वडील गेले तेव्हा तुझे – त्याचेच हे पडसाद, या जन्मात!"

"पण मग आई?"

"कोणती स्त्री आपलं कुंकू आपल्याच मुलामुळं पुसलं गेलं, वैधव्य आलं, तर पुढे मूल होऊ देईल? म्हणजे पुढच्या जन्मात ती आईपण नाकारेल आणि जर मूल झालंच तर त्याला ममत्व देणार नाही."

"म्हणजे?"

"गूढ आहे हे सगळं. असं लगेचच नाही समजणार तुला."

"पण तुम्हाला समजलं आहे ना?"

"शागीर्द..."

"म्हणजे मला असं विचारायचंय की तुम्हाला समजलं आहे ना? तर मग मलाही समजवा."

"काय समजवू?"

"हेच की, सर्वच जन्मांत मी असा एकटा जगलो."

"शागीर्द, जा तू आता. आपण यावर नंतर बोलू."

"पण तुम्हाला समजलं आहे ना?"

"जा तू."

"तुम्ही..."

माँ प्रत्युज्ञांकडे उत्तर नव्हतं. शागीर्दची एकटक नजर त्यांना पेलवत नव्हती. ती नजर पुन्हा मनाचा ठाव घेऊ लागली तशी माँनी नजर फिरवली.

"सखी ऽ ऽ सखी ऽ ऽ"

"जी माँ."

"शागीर्द, तू भोजन केलंस? सखी, शागीर्दला केशर दूध दे."

"जी."

"शुभम् शुभम्..."

शागीर्द माँ प्रत्युज्ञांकडे बघत निवासाबाहेर पडला. माँच्या मनात ती नजर रुतून बसली. त्याचा प्रश्न डोक्यात, कानांत, मनांत घोंघावत राहिला. 'तुम्हाला समजलं आहे ना?' 'काय समजलंय मला? हे जन्म-मृत्यूचं येणं-जाणं? का असतं हे? कशासाठी? मला तरी कुठे समजलंय? स्वामी दया, कुठे आहात तुम्ही? तुम्ही मला कसे भेटलात? तुम्ही भेटला नरातात तर आजही मी खितपत पडले असते. तिथेच त्या नरकात. तो नरकही चालला असता मला, जर मला आई म्हणणारं माझ्या उदरातून कुणी जन्मलं असतं तर. पण मला मूल नाही. नाही होऊ दिलं त्याने. त्याला फक्त हे शरीर हवं होतं. धंद्यासाठी. किती किती यातना... भोग... मला कुठे समजलंय की का होते हे भोग? माझ्यात नाही हिंमत पूर्वजन्मात जायची. मिळेल उत्तर, पण नको आहे. कधीच नको आहे. कमल-कमळ-चिखलात रुतलेलं, बरबटलेलं. स्वामी, तुम्ही म्हणालात की चिखलात जरी असलं तरी ते कमळ पवित्र राहतं, देवीला वाहिलं जातं. मी तशीच आहे. पवित्र! खरंच आहे का पवित्र? शेजारपाजारचे, थोडंफार ओळखणारे, माझ्याकडे कसे बघायचे, कसं वागवायचे

मला. पैसा हवा असायचा सर्वांना. अडीअडचणीला मागताना त्यांना लाज वाटायची नाही. अरे, पण हा पैसा जिथून येतो, ती कृती घृणास्पद वाटायची ना? मग घृणास्पद कृतीतून मिळालेला पैसा घृणास्पद का नाही वाटला? रडत होते, ओरडत होते, भीक मागत होते. मला नाही जायचं. नका पाठवू... कुणी आलं नाही वाचवायला. मग निर्ढावले. सराव झाला. आधी त्या पशूमुळे आणि नंतर मला हवं म्हणून...! मला हवं – असं म्हटलं आणि मग त्याचा अहंकार जागृत झाला. लाथाडलं, डागलं – घराबाहेर काढलं.

ती रात्र, ती रात्र नाही नकोच – पण तीच रात्र. कुठून तरी कुणी आलं. डोक्यावर हात ठेवला. घाबरले. वाटलं... पुन्हा कुणी तरी... पण तो स्पर्श. त्या पुरुषाचा स्पर्श वेगळा होता. मी बघितलं. तो म्हणाला, 'आ जा... चल...' मी निघाले. मागोमाग. भुरळ पडल्यासारखी... चालतच राहिले...

स्वामी, चालता चालता इथपर्यंत पोचले आणि समजतंय की, मला काहीच समजत नाहीये. इतक्याजणांची ही 'माँ प्रत्युज्ञा' खरी 'आई' कधीच होत नाही आहे. क्वचित, क्वचितच मन आसुसतं, ऊर भरून येतो.

शागीर्दची नजर मी अगदी तळाशी गाडून टाकलेल्या त्या खोल इच्छेपर्यंत पोहोचले असं वाटतं – ती नजर जाणते सर्व, असं वाटतं. ती नजर बांधून ठेवते. कमल, ती नजर तुला सोडवत नाही...'

माँ प्रत्युज्ञा थरथरल्या. 'हे काय भलतंच? शुभम् शुभम्. शुभम् शुभम् शुभम्...'

मानव शांडिल्यला बघून आनंदला.

"आई, आबा आले."

"आज लवकर आलात?"

"हो. काही कामं आहेत वेगळी. समीक्षा, आश्रमात अनाथांसाठी शाळा काढावी असा विचार करतो आहे. शिवाय, आयुर्वेदाचा अभ्यासही त्यात असावा."

"छान."

"तुझा चांगला अभ्यास आहे आयुर्वेदाचा. तुझं शिक्षण वाया जात आहे असं वाटतं. समज तसं काही करावंसं वाटतंय तर तू शिकवशील मुलांना?"

"शिकवेन ना!"

"मग तर मी कामाला लागतोच."

"माँशी बोललात का?"

"बोलेन. पूर्ण आराखडा तयार झाल्यानंतरच बोलेन. त्या नाही म्हणणार नाहीत, मला खात्री आहे. आपल्याकडे जागाही आहे. म्हणजे तो प्रश्न नाही. समीक्षा

तुला आश्चर्य वाटेल, पण हल्ली रोज संध्याकाळच्या प्रवचनाला आणि ध्यानाला तांबट येऊ लागला आहे. तांबटलाच सांगायचं की शाळा बांधून दे.''

''खरं?''

''होय. उत्तम होईल बघ सर्व.''

''छान कल्पना आहे. मी वहिनींनाही सांगेन. त्याही येतील मग.''

''कोण? सरदेसाई वहिनी? छे! नाही यायच्या.''

''बघू.''

''मला एक फार बरं वाटतं बघ. आपल्या दोघांमध्ये एकवाक्यता आहे. सरदेसाईंसारखं नाही. वहिनींना माँ जराही आवडत नाहीत. तुझं तसं नाही. तुलाही माँबद्दल विश्वास, श्रद्धा आहे.''

''तुमच्याचमुळे. अन्यथा मी कधी अशा माँ-बुवांच्या मागे लागले नसते.''

''कुठेतरी श्रद्धा असायला हवी. मग ती व्यक्तीवर असो अथवा कार्यावर असो...''

''खरं आहे.''

''आबा, श्रद्धा म्हणजे काय?''

''श्रद्धा म्हणजे विश्वास. आपण जे काही करत आहोत, ज्यासाठी करत आहोत, ते चांगलं आहे म्हणून करत आहोत अशी भावना...''

''अहो ऽ ऽ''

''नाही, नाही सांगता येत. बाळा, तू लहान आहेस अजून. मोठा होशील तेव्हा आपोआपच समजेल.''

''मानव, जेव्हा तुझं पोट दुखत असतं, तेव्हा मी तुला कडू-कडू औषध देतो. ते औषध घेतल्यामुळे तुझं पोट दुखायचं थांबणार आहे, हे तुला समजतं. म्हणून तू ते औषध घेतोस.''

''आणि पोट दुखत नाही मग...''

''बरोबर! म्हणजे ते औषध तुझ्यासाठी चांगलं आहे, हे तुला मान्य होतं...''

''हो.''

''हे मान्य होणं म्हणजे तुझी त्या औषधावर श्रद्धा आहे. समजलं?''

''थोडं थोडं...''

''समीक्षा,''

''हो. पुरे हं. जेवायचं बघते. या दोघं...''

''किती सोप्या भाषेत समजवलस... तूच लहान मुलांचं मन ओळखू शकतेस. आणि त्यांना...''

"वहिनी ऽ ऽ. मी समीक्षा."

"ये ये. विमला, पाणी आण गं माठातलं."

"कशा आहात?"

"छान. तू कसं काय येणं केलंस आज?"

"यायचं होतं बऱ्याच दिवसांपासून..."

"मानव? तो नाही आला?"

"आश्रमात गेलाय."

"कशासाठी? शांडिल्य पुरे नाही झाला?"

"मीही जाणार आहे आता."

"वेड लावलंय त्या बयेने सर्वांना."

"वहिनी, मी काय म्हणते, माँचं सोडून द्या. पण त्यामुळे आश्रम तर आला इथे! आश्रमामुळे कितीजणांना रोजगार मिळाला. घराघरांतून दोन्ही वेळा चुली पेटू लागल्या. गावात सुधारणा झाली. डांबरी रस्ते आले, वीज आली, पाणी आलं."

"हो बाई, हळूहळू करत हे सर्व झालं खरं!"

"मग आपण तेवढंच बघावं. अनाथांना मायेचं छप्पर मिळालं."

"बरोबर आहे तुझं."

"मग राग कशासाठी? रहिमतपूर हे नाव कितीजणांना माहित होतं? आता पेपरमधून, टीव्हीवर रहिमतपूर आणि आत्मसिद्ध आश्रम. कीर्ती मिळत्येय ना?"

"खरं आहे. माझा त्या गोष्टींना विरोध नाहीच आहे. पण जिचा उदो उदो चालला आहे ना, ती बाई निव्वळ व्यवसाय करते धर्माचा, अध्यात्माचा. राग याचा आहे. धर्माच्या नावाखाली नका करू हे. समाज सुधारक म्हणून हे कार्य करा. मग मीही असेन तिथे. पण हे काय? तिचे पायच काय धुतात – ते पाणी तीर्थ म्हणून काय पितात... तिने नेसलेल्या साड्यांचा लिलाव करणार आहेत, असं ऐकते सध्या...! पैसा गोळा करण्याचा एक सोपा मार्ग... लोकांच्या भावनांना हात घालायचा... जाऊ दे – करा काय करायचं ते..."

"वहिनी, तुम्ही! आश्रमात शाळा सुरू करायची असं चाललं आहे."

"ऐकलंय. शांडिल्यचीच कल्पना ही. होय ना?"

"होय. तुम्ही याल माझ्या मदतीला तिथे?"

"मी? विसरूनच जा हो. पाय ठेवणार नाही तिथे. आपल्या वाड्याच्या मागच्या भागात शाळा भरव. मी सर्व काही करेन मग – पण तिथे? नावच नको."

"बरं. रागावलात?"

"नाही गं पोरी. तुझ्यावर कशाला रागवायचं? चहा घे. फराळही घे हो. समीक्षा, काही मतं बनतात ती अगदी घट्ट होऊन जातात. चुकीचीही असतील

कदाचित, पण त्या मतानुसारच वाटचाल होत राहते. इतरांना खटकतात, अहंमन्य वाटतात अशा व्यक्ती... पण त्या त्यांच्या मतांशी फार खऱ्या असतात आणि त्यांचं आचरणही त्यांच्या मतांप्रमाणेच असतं. मग ते त्यांच्यासाठी घातक असो अथवा विधायक असो.''

माझ्यासारख्या माणसांना परिस्थितीनुसार बदलता येत नाही आणि मला तेच चांगलं वाटतं. आज एखाद्यासाठी कणव आणि तो काही वेडंवाकडं वागला की त्याचा राग. असं नाही करता येत. कुणाला आपलं मानलं की त्याच्या गुणदोषांसकट आपलं मानावं. आणि कुणी नाही आपलं असं वाटलं तर मग त्याने कितीही चांगलं केलं तरी नाहीच आपलं. आपला हाच स्वभाव सरदेसाईंना खटकतो. 'माफ, क्षमा करता आलं पाहिजे' असं वारंवार सांगत असतात. आपल्यालाच वाटत राहतं, का करायची क्षमा? आपण काही संत नाही. स्वच्छ, पूर्ण मनुष्य आहोत. सर्व भावना बाळगणारे आणि त्या भावनांना उपभोगणारे. माणूस व्हावं छानपैकी. राक्षस, पशू होऊ नये. इतकं जरी जमलं तरी अध्यात्म साध्य झालं. असेल अव्हेरलं मातृत्व कधीतरी. भोगत असेन त्याचे परिणाम आज. पण ते पूर्णपणे भोगत आहे. वांझोटेपणही मिरवते आहे. आधी व्हायचा त्रास. मग एक दिवशी ठरवलं – नाही मूल – ठीक – संपलं... पण... शागीर्द आला की आई आहोत, असं वाटतं हल्ली. त्याचं वाड्यात वावरणं, त्याचं इथे असणं, हाक मारणं – परवाच त्याला सांगून टाकलं – काकू म्हणायचं नाही – आई म्हणायचं. बावरला जरा. म्हणाला, वेळ लागेल... म्हटलं, हरकत नाही... पण मी 'ओ' – 'आई' हाकेला देणार... बरं म्हणाला – गेला. खरंच, आला नाही बरेच्च दिवसांत – दुखावला गेला की काय? ...अरे देवा! त्यांना सांगायला हवं. तब्येत तर ठीक असेल ना? जावं का बघायला त्याला? आश्रमात जायचं? शागीर्दसाठी... काय हे – काय ही अधीरता? नुसता उतावळेपणा... पण... आला नाही शागीर्द...'

विभावरी सरदेसाई अचानक अस्वस्थ झाल्या. शागीर्दसाठी... आणि तेवढ्यात त्यांच्या कानावर हाक आली.

''आई ऽ ऽ''

आठ

"शुभम् शुभम्! स्वामी चरणदासांना आमचं नमन! हा संयोग आहे. पंथ कोणताही असो. शेवटी प्रत्येक पंथ, पाथ त्या ईश्वरापर्यंतच पोहोचतो. कालक्रमणा भिन्न असल्याने अंतिम फलित साध्य व्हायचं राहत नाही. आमचं भाग्य थोर की स्वामी चरणदास साक्षात याच परिसरात सर्व भक्तांना मार्गदर्शन करत आहेत आणि त्याच दरम्यान आम्हीही इथे आहोत. सर्व उपस्थित भक्तांना आमची नम्र विनंती आहे की त्यांनी स्वामी चरणदासांच्या दर्शनाचाही लाभ घ्यावा."

"माँ, एक प्रश्न आहे."

"विचारा. सेवक, त्यांना माईक द्या."

"स्वामी चरणदास आपल्या विरोधात बोलतात, त्यात सत्यता किती?"

"उत्तम प्रश्न आहे. विरोध म्हणजे अविरोध. जे आहे ते अमान्य करणं म्हणजे विरोध. जर मुळातच एखादी गोष्ट अस्तित्वात नसेल तर त्या गोष्टीला विरोध कसा करणार आणि अविरोध तरी कसा करणार? 'सत्य' आहे, म्हणूनच 'असत्य' काय ते सांगता येतं आणि सत्य-असत्य हा प्रत्येकाच्या विचार प्रक्रियेवर आधारीत असा अनुभव आहे. जर आम्ही नसतोच तर विरोध केला जाऊ शकला असता? नाही. म्हणजेच आमचं असणं हे सत्य आणि आमचं सांगणं कुणास न पटणं हे असत्य! असत्य एवढ्याचसाठी की आम्हास वाटतं उजवीकडची वाट ईश्वराकडे पोहोचते आणि त्यांना वाटतं की डावीकडून जाणारी वाट ईश्वराकडे पोहोचते. शक्य आहे. कारण आम्ही डावीकडून गेलो नाही, म्हणून डावीबाबत आम्ही अज्ञानी आहोत. ते उजवीकडून आलेले नाहीत, पण हे त्यांचं अज्ञान त्यांना अज्ञान वाटत नाही. ते सांगतात की, उजवीकडून आपण ईश्वरापर्यंत पोहोचतच नाही. विरोध या कारणास्तव आहे. आमची डावीकडून जायची सुद्धा तयारी आहे. त्यांनी उजवीकडे येऊन बघावं. अंतत: पोहोचणं हे महत्त्वाचं आहे. तुम्ही भक्तांनी दोन्ही वाटांवरून जावं. जी वाट योग्य वाटेल त्या वाटेवरून प्रवास करावा. आमची अट इतकीच आहे, 'प्रवास नक्की करावा.' शुभम् शुभम् शुभम्!"

"शुभम्!

शुभम्!

माँ प्रत्युज्ञादेवींचा जयजयकार असो...''

''आता आपण ध्यानास सुरुवात करू. मंडपात शांतता नांदावी. लक्ष एकाग्र करावं. ताणरहित राहावं. सर्वांचं शुभ चिंतावं. इतरांकडे लक्ष देऊ नये. केवळ आपणच! इतकंच ध्यानात ठेवावं. सेवका, ध्यानाची सुरुवात होते आहे – घंटा वाजव.''

रत्नागिरीतल्या आपल्या स्विटमध्ये माँ प्रत्युज्ञा अतिशय समाधानाने विश्राम घेत होत्या. स्विट बाहेर पावगी, पानसे, जयमाला, सरदेसाई, शांडिल्य, सेवक आणि भक्तगण जमले होते. सर्वांच्या चेहऱ्यावर आनंद, तृप्तता दिसत होती. 'माँ प्रत्युज्ञांनी बाजी मारली' असाच काहीसा भाव होता. स्वामी चरणदास आता काय बोलतील, यावर चर्चा होत होती.

''माँना विनाकारण बदनाम करणं आहे हे.''

''पण मला प्रश्न आहे की असं बोलून स्वामी चरणदासांनी काय साधलं?''

''तुम्ही ऐकलंत ना तसं, ते म्हणाल्याचं?''

''हो. आम्ही दोघंही गेलो होतो ना प्रवचनास.''

''नावासहित बोलले?''

''नाही. परंतु ते तर आरशाइतकं स्पष्ट आहे कारण माँ प्रत्युज्ञांशिवाय इथे अजून कुणीच नव्हे दुसरं!''

''तेही खरंच.''

''उद्याच्या प्रवचनात बघू आता.''

''शांडिल्य, ही आजची जमा पुंजी.''

''मोजलेत?''

''छे छे! ते काम आमचं नव्हे. आम्ही केवळ सेवेकरी.''

''बरं. सरदेसाई, आता ही जबाबदारी तुमची.''

''ठीक आहे.''

''बरे! माँच्या साड्या आणल्यात का? प्रसाद म्हणून?''

''आणल्या आहेत.''

''बाहेर ठेवतो स्टॉलवर.''

''स्टॉलवाले आपलेच आहेत ना?''

''हो. इतरांना बरा शिरून देईन!''

''ठीक.''

"शेवटच्या दिवशी स्टॉल्सचाही हिशेब करू."

"बरं."

"निघू आता?"

"साड्या नेताय ना?"

"शिंच्या विसरलोच. आणा."

"लिलाव करायचा नाही."

"मग हो?"

"दान म्हणून द्यायच्या."

"स्टॉलवर उभं राहणं कठिण होऊन जाईल. धाडी पडतील. धाडी... कसं आवरणार?"

"सेवक देतो ना बरोबर."

"दान का म्हणून पण?"

"शंभर रुपये प्रत्येकी सदस्य होण्याकरिता, असा बोर्ड लावा. माँचा पंथ तयार होतो आहे. शंभर रुपये फार नाहीत. रिसिट द्या रीतसर. जेवढ्या साड्या, तेवढे लकी-ड्रॉ काढले जातील. रिसिटवरचा नंबर, तोच लकी ड्रॉमध्ये असेल. रिसिटची दुसरी कॉपी वापरायची त्यासाठी. तिसरी कॉपी ऑफिस रेकॉर्डकरता."

"समजलो. भारी शक्कल हो शांडिल्य!"

"कुणालाही दुखवायचं नाही आहे आणि लोकांपुढे भीकही मागायची नाही आहे. पण आता हा सामूहिक विवाह सोहळा. शिवाय शाळा काढायची आहे. आयुर्वेदिक औषधांचा कारखानाही काढायचा विचार आहेच. अनाथांची संख्या दिवसेंदिवस वाढत आहे. आश्रम एकटा कसा काय पुरा पडणार? म्हणून... आणि शिवाय जे माँ प्रत्युज्ञा पंथात सामील होतील, त्यांनाही पुढे-मागे या सेवांचा लाभ कमी किमतीत घेता येणारच आहे."

"समजले. येतो आता. रिसिट देता?"

"उद्या सेवक आणेल. तोही असेलच मदतीला तुमच्या आणि हो, उद्या माँ फिकट निळ्या रंगाची साडी नेसणार आहेत. तिला बारीक सोनेरी, नाही चंदेरी कड आहे."

"बरं. मी लायटिंग लावतो त्याला अनुसरून."

"शुभम्."

"शुभम्."

"जयमाला, माँची लॉकेट्स तयार झाली असतील. यावेळेस स्फटिकांच्या माळेत ती लॉकेट्स ओवायची आहेत. एकशेएक मणी असतीलच आणि हो, माँचे

नवीन तीन साईजचे फोटो आणले आहेत. किंमती प्रत्येक फोटोमागे लिहायच्या आहेत. जे जे सदस्य होणार असतील, त्यांना लहान फोटो भेट म्हणून द्यायचा. 'जय माँ प्रत्युज्ञा नमो नम:' अशा पट्ट्या लाल रंगाच्या कापडावर तयार केल्या आहेत. शिवाय स्टिकर्सही आहेत. त्यांची विक्री तू बघायचीस."

"शांडिल्य, मी काही झोळ्या तयार केल्या आहेत. या भागात बऱ्याच बायका आहेत ज्यांना काम मिळत नाही. अशांना या झोळ्या शिवायचं काम आपण देऊ शकतो. दाखवू झोळ्या?"

"दाखव ना."

"या बघ. सर्वांत लहान झोळी, जपमाळ ठेवण्यासाठी, बटवा म्हणू याला. ही जरा मोठी आणि ही सर्वांत मोठी."

"वा छान!"

"यावर माँचा फोटो असावा, असं मला वाटतं."

"माँना विचारायला हवं. तू या झोळ्या ठेव इथे. मी विचारेन नंतर त्यांना."

"त्या हो म्हणाल्या तर छान होईल. बेरोजगार बायकांना रोजगार मिळेल. शिवाय जिथे जिथे माँची प्रवचनं असतात, तिथे त्या विकल्या जातील आणि माँ घराघरात पोहोचतील. अर्थात, त्यांना घराघरात पोहोचण्यासाठी या झोळ्यांची आवश्यकता नाही. त्या पोहोचतातच तशाही..."

"खरं आहे. पण यातून बेरोजगारांना उत्पन्न मिळणार असेल तर माँ नाही म्हणणार नाहीत. बरं, मग बाकीचं तू सांभाळशीलच."

"हो. निघू मी?"

"हो. शुभम्."

"शुभम्. माँची भेट घडव हं."

"हे सांगायला हवं? त्याच बोलावतील तुला आपणहून."

"धन्य वाटेल. शुभम्."

"शुभम्."

"वा शांडिल्य! फार छान सांभाळतो आहेस सर्व!"

"माँची कृपा!"

"अरे, कसली गडबड आहे? कोण भांडतंय? चल, बघू..."

हॅपी होम हॉटेलच्या मुख्य दाराशी एक माणूस तिथल्या मॅनेजरशी भांडतो आहे. हा कोण, कुठला, का भांडतोय?

"तू कोण रे मला अडवणारा? माँ आहेत त्या. त्यांच्या लेकरांना भेटणार

नाहीत? मला आत्ताच भेटायचंय त्यांना.''

''ते शक्य नाही, सांगितलंय तुम्हाला एकदा.''

''नाही म्हणणारा तू कोण?''

''सिक्युरिटी – यांना बाहेर घेऊन जा.''

''हात लावू नकोस मला. तुला माहीत नाही, मी कोण आहे ते...''

''बरं बरं, असाल तुम्ही खूप कुणी. पण आत्ता माँची विश्रांतीची वेळ आहे.''

''अरे ऽ ऽ!''

''बरं झालं तुम्ही आलात सरदेसाई! बघा यांना, सांभाळा.''

''शुभम्. कोण तुम्ही? काय हवंय?''

''मला माँ प्रत्युज्ञांना भेटायचं आहे. आत्ताच!''

''अपॉइंटमेंट घेतली आहेत का?''

''अपॉइंटमेंट? आईला भेटायला मुलाला अपॉइंटमेंट घ्यावी लागते? कधीपासून?''

''सर्व मान्य. पण आईलाही विश्रांतीची गरज भासते. इतक्या मुलांना सांभाळायचं तर...''

''ते मला माहीत नाही.''

''बरं, नाव काय तुमचं?''

''जय, जयराम, सगळे जय म्हणतात मला.''

''जयरामसाहेब, तुम्ही बसा इथे. मी माँना विचारून येतो.''

''आता कसं? बसतो ना. हे आधी सांगायचं ना. मग इतका आरडाओरडा करावा लागला नसता.''

''बसा, आलोच. शांडिल्य... तू थांब इथेच!''

''जी.''

'जयराम? जय? आणि इथे? किती वर्षांनंतर? कशाला आलाय? का भेटायचं आपण त्याला? पण, पण जर भेटलो नाही तर... तर तो गप्प राहणार नाही. बराच आरडाओरडा केला म्हणे – मग नाकारलं तर अजून करेल. का भूतकाळा येतोस असा सामोरा? कशासाठी? खूप मागे ठेवून आले आहे सर्व. विसरले आहे सर्व. स्वामी दया, परीक्षा घेताय का माझी? माझी साधना कमी पडत्येय? की त्या साधनेचीच परीक्षा? कमल, शांत हो. पूर्ण शांत! जे सामोरं येईल ते मान्य कर. जराही विचलित न होता. कार्याचा विसर पडू न देता. शांत, शांत, शांत...!'

''सरदेसाई, पाठवा त्यांना. भेटू आम्ही!''

कमलने चेहरा सावरला. डोक्यावरचा पदर ठीकठाक केला. मोठं लाल कुंकू

व्यवस्थित आहे ना, ते एकदा आरशात बघितलं आणि तिच्या आसनावर बसता बसता ती कमलची माँ प्रत्युज्ञा झाली.

"साष्टांग नमस्कार माँ."
"माँना स्पर्श करू नका."
"नाही. दुरूनच करतोय. बघा..."
"ठीक आहे."
"सरदेसाई, या तुम्ही."
"परंतु माँ."
"काळजी नको."
"काही घातपात..."
जयरामच्या डोळ्यात रोखून बघत माँ म्हणाल्या, "तेवढं बळ यांच्या अंगी नाही."
"जी. परंतु मी इथेच दाराशीच आहे."
"हं. शुभम् शुभम्."
"शुभम् माँ."

जयराम तसा अवतारातच होता. मळका शर्ट, चुरगळलेली पँट, दाढीचे खुंट वाढलेले. जरासे कुरळे केस, अस्ताव्यस्त, काखेत एक पिशवी.

"कशी आहेस कमल?"
"माँ प्रत्युज्ञा म्हणायचं जयराम."
"ते इतरांसाठी. माझ्यासाठी तू कमलच."
"कशासाठी आला आहेस?"
"मस्त बस्तान बसवलं आहेस. राज्यच खरं तर. तू महाराणी..."
"काम काय आहे?"
"घाई कशाला? सांगेन सावकाश. पण हा तुझा धंदा अगदी तेजीत चालला आहे."
"शुभम् शुभम्."
"कसं काय सुचलं गं तुला? हे माँ वगैरे बनावं असं? च्यायला, आधीच सुचलं असतं तर बरं झालं असतं."
"जयराम, स्पष्ट सांग, काय हवंय तुला?"
"तुझ्याकडे नोकरी. तुझा उजवा हात बनायचं आहे."

“काय?”

“ओरडू नकोस. तुझा चमचा दाराला कान लावून उभा असेल.”

“जयराम, वाट्टेल ते बोलू नकोस.”

“फार हाल चाललेत माझे. नोकरी गेली. घर गेलं. कर्जबाजारी झालो आहे. बायको, दोन मुली... कसं सांभाळावं, काही समजत नाही. घर नाही, भाडं देता येत नाही...”

“तुझे भोग आहेत सगळे जय.”

“मान्य. वाईट वागलो. खूप वाईट.”

“मग?”

“चुकलो.”

“किती वेळा चुकलास? आठवतंय?”

“हो.”

“तेव्हा माझी वाताहत होत होती...”

“मीपण कारणीभूत होतो. जिजाचं सर्व ऐकायचो. कळत नव्हतं गं. लहान होतो ना!”

“खरं सांगतोयस? खरंच कळत नव्हतं?”

“नाही. समजायला लागलं होतं. पण, तुला माहीत होती घरातली परिस्थिती. फार हाल होत होते. त्यात माझं लग्न...”

“नव्हतं करायचंस मग...”

“इतिहास झाला आहे तो सगळा. आत्ताचं बोलू या.”

“बोल.”

“मला, माझ्या कुटुंबाला आश्रय दे. इतक्या अनाथांना सांभाळतेस.”

“अनाथ या शब्दाचा अर्थ कळतो ना तुला?”

“भाऊ म्हणून क्षमा कर.”

“सावत्र बहिण म्हणून कधी राखी बांधून घेतली नाहीस आणि आता...”

“माँ झाली आहेस. एवढा अभ्यास आहे तुझा. इतकी त्यागी झाली आहेस. क्षमा कर मला.”

“स्वामी दयांनी डोक्यावर हात ठेवला माझ्या म्हणून त्या नरकातून सुटले. तू समोर दिसत राहशील तर नरक दिसत राहिल. नाही जमणार मला.”

“तुला दोन भाच्या आहेत. त्यांच्यासाठी तरी? मुली म्हणजे केवढी जबाबदारी! पुन्हा दुसरी कमल तयार होईल आणि त्या कमलचं तेवढं भाग्य असेल का? तिला स्वामी दया भेटतील, इतकं भाग्य?”

“जय, सुदृढ आहेस, पुरुष आहेस. काहीही करू शकतोस तू...”

"हरलोय म्हणून आलो तुझ्याकडे. शपथ घेऊन सांगतो, कुणालाही सांगणार नाही मी आपलं नातं."

"नाही विश्वास वाटत तुझा. तू जा बघू. आमच्या ध्यानाची वेळ झाली आहे."

"विचार कर रात्रभर. उद्या पुन्हा येईन."

"नको येऊस. विचार करण्याची आवश्यकता नाही."

"असं? स्वामी चरणदास याच भागात आहेत. त्यांचं प्रवचन आहे उद्या. मी तिथेही जाऊ शकतो. तुझं बिंग फोडू शकतो. तू आधी कोण होतीस, हे सांगता येणारी माणसं जिवंत आहेत अजून. पुरावे देता येतील मला, हे विसरू नकोस."

"धमकी देतो आहेस?"

"सत्य सांगतो आहे. सत्य फार प्रिय आहे ना तुला?"

"जा तू. तुला जे हवं ते कर. आता ती परिस्थितीला घाबरणारी कमल जिवंत नाही आहे. आता ही माँ प्रत्युज्ञा आहे. तिच्याबरोबर भक्तांचा जमाव आहे. स्वामी चरणदासांसारखं मुठीतून अंगारा काढणारी, जादू करणारी, भुलवणारी, नजरेला धोका देणारी, ही माँ प्रत्युज्ञा नाही. ही माँ प्रत्युज्ञा केवळ स्वामी दयांचा संदेश पोहोचवणारी, जनतेतल्या, अंधश्रद्धेला मिटवण्याचा प्रयत्न करणारी अशी माँ आहे. बदनामीची तिला भीती नाही. ती स्वामी दयांचा आदेश मानत राहणार. जर स्वामी दयांची तशी इच्छा असेल की, तिने बदनाम व्हावं, या भक्तगणांपासून दूर जावं, ध्यानस्थ व्हावं तर ती इच्छा शिरसावंद्य! तू निमित्तमात्र! हो निमित्त, आम्हांला, माँ प्रत्युज्ञाला त्याची तमा नाही. ये आता. शुभम् शुभम्!"

जयराम हडबडला. धमकी देऊनही कमल डगमगत नाही, हे त्याला विवंचनेत टाकणारं होतं. इतकी शांत, स्थिर कमल त्याने आधी बघितली नव्हती. कमल खरंच वेगळी झाली आहे. पण आता काय करावं, हा प्रश्न त्याला बोचत राहिला. स्विटचं दार उघडून जयराम बाहेर आला. लाल कार्पेटवर त्याच्या रबरी स्लीपर्स, झिजलेल्या, मळलेल्या दीनवाण्या दिसत होत्या. आत जातानाचा ताठा, बाहेर पडताना कुठल्याकुठे विरघळून गेला होता. दाराशी सरदेसाई उभे होतेच. इतकी भक्ती असू शकते? असा प्रश्न जयरामला पडला. असं कमलने काय केलंय की सर्वांनी तिच्यावर इतका विश्वास ठेवावा? याचं उत्तर जयरामला मिळत नव्हतं. संपूर्ण कॉरिडॉर तो त्या रबरी स्लिपर्स घासत घासत पार करत होता. कुणी दिसलंच मधे तर सहजी 'शुभम्' असं म्हणून पुढे जात होता. आपल्यापुढे कमलचं काहीही अशुभ होऊ शकत नाही याची जयरामला मनोमन खात्री पटली आणि तो खजील होऊन त्या आलिशान हॉटेलमधून बाहेर पडला.

जयराम गेला आणि माँ प्रत्युज्ञा कोसळल्या. इतका वेळ अडवून ठेवलेला बांध फुटला. त्यांना स्वत:ची दया आली, घृणा वाटली, माणसांचा स्वार्थ बघून त्यांना शिसारी आली आणि तरीही मन घाबरलं. जयराम म्हणाला तसं जर त्याने खरंच केलं तर? हा प्रश्न पाठ सोडेना. 'आत्मसिद्ध आश्रम. त्यातला आपला सुरक्षित निवास, ही आजूबाजूला सतत शब्द झेलाणरी माणसं, आपली कीर्ती, एवढे भक्तगण. यातलं काहीही राहणार नाही. आत्मसिद्ध आश्रम राहिलही. पण तिथे आपण नसू. खरंच, केवळ स्वामी दयांचा संदेश पोहोचवण्याचं कार्य आपण करत आहोत का? स्वामी दया म्हणजे कोण? हे आजही अनेकांना माहीत नाही. ते कधी एका जागी थांबलेच नाहीत. माझ्यासारख्यांना आश्रय, ज्ञान देऊन ते निघून गेले. असे ते कुणाकुणाला भेटून, आश्रय, ज्ञान देऊन निघून गेले असतील? त्यांनी स्वत:ला प्रसिद्ध करून घेतलं नाही पण आपण मात्र या प्रसिद्धीत अडकलो. अगदी नकळत. द्यावं हे सर्व सोडून आणि जावं निघून. जिथे कुणी आपल्याला ओळखणारं नसेल, आपला गतकाळ आठवणारं नसेल आणि आठवून देणारंही नसेल. का घडतंय असं आता? सर्व काही व्यवस्थित चालू असताना? स्वामी दया, मला माझं उत्तर हवं आहे. कुठे शोधू? गतजन्मात? होय. शोधायला हवं. त्याशिवाय मन:शांती नाही!

"सरदेसाई ऽ ऽ."

"शुभम् माँजी."

"शुभम् शुभम्! शांडिल्यला आज संध्याकाळचं, म्हणजे आत्ताच रात्रीचं ध्यान घ्यायला सांगा. भक्तगण?"

"मांडव भरला आहे माँ."

"आम्ही येऊ, दर्शन देऊ. मग ध्यानाला सुरुवात शांडिल्य करून देईल. पावगे, पानसे, जयमाला सर्व आहेत ना?"

"जी."

"जयमालाला उद्या भेटण्याची आज्ञा द्या."

"जी. तशी तीही वाट बघतच होती..."

"समजलंय ते आम्हांला."

"माँ, फलाहार."

"नको. ध्यानाची तयारी घ्या."

"जी."

ध्यान फार सुंदर सुरू झालं. मांडव शांत दिव्यांच्या प्रकाशात अंर्तमुख झाला

होता. हळुवार बासरीचे सूर मांडवात भरून टाकत होते. 'शुभम्' माँ प्रत्युज्ञांचा आवाज ऐकू आला आणि मांडव शहारला. ध्यानाला सुरुवात झाली.

स्विटमध्ये माँ प्रत्युज्ञांची आवडती उदबत्ती सुगंध देत होती. माँ प्रत्युज्ञांचं आसन व्यवस्थित मांडून ठेवलेलं होतं. मंद ज्योत तेवत होती. काचेच्या सुरेख पात्रात टपोरा मोगरा दरवळत होता. माँ प्रत्युज्ञा आसनावर स्थानापन्न झाल्या. त्यांनी डोळे मिटले. नजर एकाग्र केली. संपूर्ण शरीर ताणरहीत केलं. स्वामी दयांना नमन करून त्यांनी ध्यानाला सुरुवात केली. नजर खोल, खोल जात राहिली. कमलचं शरीर माँ प्रत्युज्ञा दूर राहून बघत राहिल्या. कमल आत आत जात आहे हे जाणवत राहिलं आणि एका क्षणी अनाहूतपणे कुणी समोर असल्याचं दिसलं. कमल त्याला बघत राहिली. अगदी निरखून...

"ए दादा, बाजूला होतो का आता?"

"कसा होऊ?"

"खुर्ची सरकव ना तुझी..."

"माती आहे, बारीक रेती, दगड आहेत, कशी सरकणार खुर्ची? तू सरकव..."

"ए, दिसत नाही तुला? खेळतोय आम्ही..."

"किशा, काय चाललंय?"

"काही नाही आई, दादाला म्हणालो. खेळवतो तुला."

"गुणी गं पोरं माझी. किशा, तू आहेस म्हणून मला दादाची काळजी नाही बघ. आमच्या मागे तू सांभाळशील त्याला, हे माहीत आहे आम्हाला."

"दादा, समजलं ना? मीच आहे तुला सांभाळायला?"

"आई, मला आत ने."

"का रे दादा? बघ ना आगचा खेळ."

"खेळच बघतोय तुझा, अगदी पहिल्यापासून."

मी जाम वैतागलोय दादाला. तो अपंग आहे, तर मी काय करू? सालं हे काय लाईफ आहे? त्याला कायम बेड आणि मी? मी जमिनीवर झोपायचं. आईला एकच मूल दिसतं तिचं. हा किशा म्हणजे नोकर. चुका तुम्ही करा आणि आमचं लाईफ बरबाद करा.

"ए किशा, खेळ ना."

"सोड रे. साला मूडच गेला."

"चल, एक झुरका मारून येऊ."

"चल. तुझ्या घरात पण असंच असतं काय रे?"

"कसं?"

"चिमीला जाम भाव मिळतो काय?"

"नाय. सगळे सारखे. तिला एक आंबा, तर मलाही एक आंबा मिळणार."

"लकी आहेस. माझ्याकडे बघ. दादा असा, तर सारखं त्यालाच सर्व. आता मी धडधाकट आहे, तर मी रॉंग काय?"

"नाय रे."

"सालं अशाने लग्नपण होणार नाय माझं."

"का?"

"बायको म्हणेल – सॉरी. ती म्हणेल, दादाला कोण सांभाळणार आयुष्यभर? लग्नच नको अशा ठिकाणी."

"हा रे! हे तर बरोबर."

"खरंच असं होईल?"

"पोरींचं काय सांगू नकोस. साल्या पैसा दिसला की येतात. मजा करायची नी मग टांग द्यायची. तुझ्या दादाला कशाला सांभाळतील?"

"मग?"

"तू जा निघून घरातून लग्न झालं की."

"आई कावेल."

"हां ते बी आहेच."

"शिवाय एक दमडी मिळणार नाही घरातून. घरपण दादालाच देईल ती."

"मग कठीण आहे लग्नाचं."

"सोचना पडेगा!"

"सॉलिड डायलॉग आहे ना!"

"सॉल्लिड! सोचना ऽ ऽ पडेगा!"

"हाँ, सच में सोचना पडेगा..."

आपली खोपडी विचार करत्ये. दादाचं काय करायचं? आईसमोर जाम काळजी घ्यायची आणि ती समोर नसताना... बेस्ट! मग दादाच सांगेल, 'किशाला, जगू दे, मजा करू दे. आई, मला कुठेतरी नेऊन ठेव!' सॉलिड!

आणि मग रोज रोज दादाचा छळ-छळ! छे! युक्ती, सुटकेसाठी. त्याला पाणी हवं? द्यायचं, पण लांब उंचावर ठेवायचं. थंडी वाजत्येय? घे ब्लँकेट... तीन-तीन चार-चार घालायची अंगावर. घामाघूम व्हायचा. उकडतंय? पंखा स्लो ठेवायचा.

आईने काही बोलायच्या आधी आपण सांगायचं, 'दादाला जाम थंडी वाजत्ये आई, ब्लँकेट दे अजून...!' दादा बोलायला लागला, तर लगेच त्याला सांगायचं. 'दादा, मी आहे. तू काळजी करू नकोस...' आणि मग हे वाढतच गेलं. खूप खूप... दादा हळूहळू गप्प झाला, गप्पच झाला...

माँ प्रत्युज्ञाला दरदरून घाम फुटला होता. एअर कंडिशनर चालू असूनही. हळूहळू त्या ध्यानातून बाहेर आल्या. स्वत:लाच म्हणाल्या, 'कमल, तो दादा म्हणजे जयराम. आणि तो किशा म्हणजे तू. त्या कोणत्या तरी जन्मात – सख्खी भावंडं होता तुम्ही. अपंग जयराम – म्हणजेच दादा. त्या जन्मात तो शरीराने अपंग होता, या जन्मात तो पैशांनी अपंग आहे. तू त्या जन्मात त्याचा अतोनात छळ केलास. आता त्याची पाळी आहे. भोग आहेत. भोगावेच लागतील कमल. टाळता येणार नाहीत. माँ प्रत्युज्ञा, त्या जन्मातल्या किशाला क्षमा कर. या जन्मातल्या दादाला क्षमा कर आणि या जन्मातल्या कमलला क्षमा कर. माँ प्रत्युज्ञा तुम्हाला जयरामची जबाबदारी घ्यायलाच हवी. त्याशिवाय क्षमा नाही. सुटका नाही. परतफेड नाही.

माँ प्रत्युज्ञा शांत झाल्या. त्यांनी स्वामी दयांना नमन केलं. एक शक्तिहीन अवस्था आली होती. माँ प्रत्युज्ञांनी घाम पुसला. एक दीर्घ श्वास घेतला. पलंगापर्यंत जाण्याचंही त्राण त्यांच्यात आता नव्हतं.

मखमली, मऊ मुलायम पलंगावरच्या चादरीला एकही सुरकुती पडली नाही. दूरवर ध्यान संपल्याची आणि आजच्या दिवसाचं कार्य संपल्याची घंटा निनादली. पण माँ प्रत्युज्ञांना त्या घंटेचा आवाज ऐकू आला नाही. मोगरा, टपोरा मोगरा कोमेजत होता. पण मंदसा सुगंध मात्र अजूनही दरवळत होता. उदबत्त्यांची राख ताटात एका रेषेत पडली होती आणि मंद ज्योत विझली होती.

नऊ

“आई, खरंच का गं पूर्वायुष्य असतं?”

“असेल, नसेल. आपण आपलं आजचं बघावं.”

“मी बघितलं माझं आयुष्य.”

“काय वाटलं बघून?”

“मला समजत होतं. तो मीच होतो म्हणून. पण आई, मी इतका वाईट होतो?”

“वाईट आणि चांगलं. जो काही असशील... पण आत्ता काय संबंध? हे आयुष्य तर जगायचंच आहे ना? नुसती उत्तरं मिळून काय उपयोग रे? सुधारता येणार आहे का?

नाही. मग कशासाठी हे सर्व बघायचं? खरं असतं की खोटं, असा विचारही नको.”

“आई, मनातून जात नाही आहे ते.”

“असं करू नकोस रे शागीर्द! आजचा चांगला काळ, काल-परवाच्या आठवणींत वाया घालवू नकोस.”

“मला तर आता असं वाटतंय की, अजूनही बघावं. कोण होतो मी? काय झालं होतं माझं?”

“जे काही समजेल ते सहन करण्याची ताकद आहे?”

“आहे आई. माझं हे भडंगळ आयुष्य मला हजारो प्रश्न विचारत असतं. अब्बाजी, कोण कुठला माणूस? पण त्याने सांभाळलं मला.”

“मुसलमान होता ना?”

“हो.”

“तर मग तो तुझ्याशी मराठीत बोलायचा?”

“नाही. हिंदीत, उर्दूत बोलायचे.”

“मग तू इतकं चांगलं मराठी कसं बोलतोस?”

“आपोआप. बरेचदा अब्बाजींनाही मी मराठीतच उत्तर द्यायचो. आई, जेव्हा मी हमाली करायचो, स्टेशनवर बुक स्टॉलवर काम करायचो तेव्हा खूप वाचायचो.

सगळ्या जातीची माणसं असतात स्टेशनात. बूट पॉलिशवाला होता एक – कन्नड. त्याच्याकडून कन्नड शिकलो. मला इंग्रजीही येतं. खूप भाषा येतात. पण मराठी फार आवडते. माझी भाषा वाटते.''

''मूळचा मराठीच रे तू. अगदी ब्राह्मण घरातला असणार. रक्त बोलतंच रे शेवटी.''

''आई, खरंच मी ब्राह्मण असेन?''

''असणारच. त्याशिवाय का असा इतका हुशार आहेस?''

''मग तर मला अजून बघायचंच आहे.''

''काय?''

''अं काही नाही. आई, एकटीला कंटाळा येत असेल ना तुला? अण्णाही नाहीत.''

''सवय झाली आहे आता. यांचं बरं आहे. संसारात असूनही नामानिराळे. इथेही ध्यान चालू असतंच. मी आहे सर्व बघायला. शेती, गुरं, हा वाडा! नातेवाईकही आहेत. पण कुणी इथे फिरकत नाही. जो तो आपआपल्या दुनियेत. राग नाही हो मला त्यांचा. पण... झाली सवय आता.''

''मी आहे ना तुझ्यासाठी.''

''खरं आहे. तू पहिल्यांदा भेटलास ना, तेव्हापासूनच या घराचा झाला होतास.''

''वहिनी, वाढायचं ना?''

''हो. वाढ. शागीर्द, चला. हात-पाय धुवून घे.''

''हो. पण मग मला आश्रमात जायचं आहे. शांडिल्यदा, अण्णा, कुणीच नाही तिथे. सरपोतदार सर येतात रोज आणि आई, उद्या येईन, तेव्हा मला पिठलं-भाकरी हवी.''

''बरं, चला आता युवराज!''

''युवराज?''

''हो. या घराचा तूच युवराज!''

एक नातं तयार होत होतं. असं हट्ट करणारं किंवा डिमांड करणारं आजतागायत वाड्यात कुणी आलं नव्हतं. विभावरी सरदेसाई सुखावल्या होत्या. 'बरं झालं ती माँ गेल्येय बाहेरगावी. म्हणून शागीर्द दिवस दिवस भेटतो आहे!' असा विचार सतत त्यांच्या मनात येत होता.

''विमला, मोठ्या भाकऱ्या कर उद्याला आणि लसणीच्या फोडणीचं पिठलं.

शेंगाही घाल. भरपूर जेवला पाहिजे शागीर्द.''

''होय वहिनी.''

''घर किती भरल्यासारखं वाटतं नाही? आणि बघितलंस ना? एक दिवसही बाजारात जाऊ दिलं नाही पठ्ठ्याने. सगळं 'मी आणतो' हेच. संपूर्ण माडी झाडून काढली. वरच्या खोलीचं कुलूप काढायला लावलं. ती खोली स्वच्छ केली. मामंजी गेल्यानंतर त्या खोलीला कुलूप लागलं. हे उघडतात अधूनमधून. पण आता साफसफाई कशी जमणार करायला?''

''हे आहेत ना?''

''दाजी? तो तर आहेच गं. पण तो काय काय बघेल? आणि खरं सांगायचं तर माडीवर जाणं होतंय का? नाहीच ना? जावंसं वाटतही नाही. विनाकारण वर खाली कशाला करायचं?''

''वहिनी, शागीर्दबाबा माडीवर गेले. त्यांनी खोली उघडली तेव्हा त्यांचा चेहरा बघितलात?''

''नाही गं – म्हणजे आत्ता आठवत नाही.''

''मी बघितला होता. घाबरले होते तेव्हा ते.''

''भीती वाटणारच. एवढ्या दिवसांची बंद खोली, ती उघडताना... शिवाय अपरिचित.''

''उगीच सांगितलंत वहिनी त्यांना खोली साफ करायला.''

''असं? जाऊ दे. जुनी गोष्ट झाली ती. बरं. चिवडा, लाडू झालाय ना तयार? हे येतील उद्या.''

''हो.''

''शेतावरच्या गड्यांसाठी लसणाची चटणी?''

''चांगली अर्धा किलो केली आहे. तिखट.''

''छान. दाजीबरोबर दे पाठवून उद्याला.''

''हो.''

''आणि उद्याचं...''

''पिठलं-भाकरी... आहे लक्षात!''

''गुणाची गं तू! जा आता. नीज जराशी.''

वाड्यापासून जसजसा शागीर्द आत्मसिद्ध आश्रमाकडे जाऊ लागला, तसतसा त्याचा चेहरा बदलला. तो गंभीर, प्रौढ झाला. त्याचं त्यालाही आश्चर्य वाटायचं. आश्रमातली इतर मुलं-मुली अगदी हसत-खेळत तिथे राहत मग आपण का नाही तसे तिथे राहू शकत? असा प्रश्नही पाठपुरावा करायचा. ''विभावरी सरदेसाईंच्या

वाड्यावर आपण किती सहज राहतो. वावरतो. हे असं का? इथे येण्यापूर्वी कोण विभावरी सरदेसाई आणि कोण विनायक सरदेसाई? हे असं असताना आपण इतके एकरूप कसे होतो त्यांच्याशी? माँ प्रत्युज्ञा आल्या की, हे प्रश्न विचारायचेच. माझे अजून जन्म बघायचे आहेत, हेही सांगायचं. आता उत्सुकता वाढली. अब्बाजी कोण होते? क्या लगते थे वो मेरे? अब्बाजी ऽ ऽ! हा तुमचा शागीर्द सर्व काही शोधून काढेल. नक्की.''

''शुभम् सर.''

''शुभम् शागीर्द. आलास? कशा आहेत वहिनी?''

''जी. ठीक आहेत.''

''शागीर्द तुझं सरदेसाईंकडे जाणं म्हणजे माझी काहीच हरकत नाही आहे, पण जरा जास्त होतंय असं नाही वाटत? आपलं कार्य आश्रमाचं काम बघणं. माँच्या परोक्ष आश्रमाची काळजी घेणं आणि सर्वात महत्त्वाचं म्हणजे अध्ययन करणं. ध्यान करणं.''

''जी. सर, मी हे सर्व करतो आहे. आई एकटी आहे ना. म्हणून जातो.''

''बरं. पण आश्रमाचे नियम...''

''नाही मोडणार. तसं मी करू शकणारच नाही.''

''मग ठीक आहे. वेळ जात नसेल तर माँच्या प्रवचनाच्या सीडीज आहेत, त्या ऐक. फार फार ज्ञान भरलंय त्यांत. त्यांचे विचार, त्यांची वाणी, शब्दांतून – सूरांतून ओथंबणारं ममत्व...! फार नशिबवान आहेस, आपण सगळेच आहोत कारण माँच्या सान्निध्यात राहायला मिळतंय. हा वेळ वाया घालवू नकोस. प्रत्येक माणूस, प्रत्येक जीवमात्र एकटाच असतो. माँच सांगतात तसं. माँ ही एकट्याच आहेत. इतक्या वर्षांत त्यांच्या नात्यातलं कुणी इथे आलेलं बघितलं नाही आम्ही.''

''माँ आधी कुठे होत्या?''

''कल्पना नाही.''

''विचारावंसं वाटलं नाही?''

''नाही. आवश्यकताच नाही तशी. त्या इथे आल्या... प्रथम आल्या तेव्हा एका, केवळ एका प्रवचनासाठी आल्या होत्या. फार काही माणसं नव्हती तेव्हा. पण जी प्रवचनास आली ती माँची भक्त झाली अगदी त्या दिवसापासून. रहिमतपूरमध्ये अगदी खालच्या बाजूला, जवळजवळ गावाबाहेर भंगारवाडा आहे.''

''माहीत आहे.''

''हं, तर तिथे नाथा राहतो. नाथा खालच्या जातीतला. भंगारवाड्यात सगळेच तसे खालच्या जातीतले. तर प्रवचनाला नाथा आला होता. एका कोपऱ्यात अंग

चोरून बसला होता. माँचं लक्ष त्याच्याकडे गेलं. प्रवचन शांतपणे पार पडलं. पुढे ध्यान झालं. ध्यान म्हणजे काय? हे कशाला कुणाला माहीत? पण माँनी समजावलं. 'केवळ आजच नाही तर दररोज असं ध्यान करावं' अशी सर्वांनी विनंती केली. ती विनंती अशी होती की, जणू माँनाच काहीतरी हवं आहे सर्वांकडून. इतकी कळकळ होती त्या विनंतीत. ध्यान संपलं आणि माँनी नाथाला उभं राहायला सांगितलं. नाथा बावचळला. प्रतिष्ठित मंडळी आमच्यासारखी. आम्हाला नाथाचा राग आला. इथे येऊन त्याने सर्व वंगाळ केलं असं आम्हाला वाटत होतं. माँनी त्याला त्याचं नाव विचारलं. त्याने सांगितलं. कुठे राहतोस विचारलं. त्याने चाचरत चाचरत सांगितलं. माँ म्हणाल्या, "तुझ्याकडे येऊ का जेवायला?" आणि शागीर्द, तुला सांगतो, तो तिथेच ओक्साबोक्सी रडू लागला. रडता रडता म्हणाला, "माँ... तुमी माझ्या झोपडीत येऊनशान जेवनार?" "हो! तू दिलंस तर जेवेन." "कोरडी भाकरी असल. अजून काय देनार म्या?" "चालेल" असं म्हणाल्या माँ, आणि शागीर्द, माँ खरंच नाथाकडे जेवायला गेल्या. आता सांग, अशा माँना कुणी कशाला विचारेल काही? त्यांचा शब्द आणि त्यांची कृती, यात तीळमात्रही फरक नाही. भक्तांना अजून काय वेगळा विश्वास हवा असतो? शुभम् शुभम् शुभम्."

"असेल तसं. पण मला आहे उत्सुकता. माँ आधी कुठे होत्या? त्यांचे आई-वडील कोण होते?"

"ज्याची आवश्यकता नाही अशी माहिती गोळा करणं म्हणजे नुसता कचरा गोळा करणं, साठवणं. शागीर्द लक्षात ठेव. कुठलाही कचरा, मग तो वैचारिक जरी असला तरी शेवटी कुजतोच."

"असं माँ सांगतात?"

"नाही. असं हा सरपोतदार सांगतो."

"जी सर!"

"जा. काही काम असेल तर बघ."

"जी. सर, एक प्रश्न विचारू?"

"जरूर." "घडून गेलेल्या गोष्टींचं ज्ञान ज्ञात करून घेणं, हाही कचराच?"

"अर्थातच."

"पण मग..."

"पण मग काय?"

"काही नाही. जातो. शुभम्."

"शुभम्."

कोकण दौरा चांगलाच झाला. भक्तगणांना आवरता-आवरता शांडिल्य, सेवक

वगैरेंची तारांबळ उडाली. माँ प्रत्युज्ञांचा जयजयकार सर्वत्र होत राहिला. स्वामी चरणदास तिथे होते की नव्हते हेही कुणाला समजलं नाही इतकं माँ प्रत्युज्ञांनी सर्वांना व्यापून टाकलं होतं.

माँ प्रत्युज्ञांचं स्वागत करायला आत्मसिद्ध आश्रम सिद्ध झाला होता. माँ प्रत्युज्ञांना एका भक्ताने एक आलिशान गाडी भेट म्हणून दिली होती. भक्ताची इच्छा होती की, माँ प्रत्युज्ञांनी कुठेही जाण्यासाठी त्याच गाडीतून प्रवास करावा. भक्ताची भक्ती बघून माँ प्रत्युज्ञांनी संमती दिली होती. गाडीच्या बरोबरीने ड्रायव्हरही तो भक्त देऊ करत होता, पण माँनी नम्र नकार दिला. लतिफच ड्रायव्हर म्हणून राहिल, अशी त्यांनी आज्ञा दिली. लतिफ मनोमन आनंदला. 'या अल्ला, तेरा रेहेम! माँजी की मेहेरनजर!' असं पुटपुटत त्याने त्या आलिशान गाडीचा ताबा घेतला.

माँ प्रत्युज्ञा एका आलिशान गाडीतून आत्मसिद्ध आश्रमात येत आहेत ही बातमी रहिमतपूरमध्ये वाऱ्यासारखी पसरली. गाडी बघायला रस्त्यावर दुतर्फा माणसांची गर्दी झाली होती. ती गाडी म्हणजे घरच. गाडीत टीव्ही, छोटा फ्रीज, आणि हवी तेव्हा ओपन करून माँ विश्राम करू शकतील अशी फोल्डिंग सीट. अतिशय किमती टेपरेकॉर्डर. काचांना मखमली पडदे. माँ प्रत्युज्ञा आणि ड्रायव्हर दोघंच प्रवास करू शकतील, अशी गाडी. लोक गाडी बघून अचंबित होत होते. रस्ता कसाही असो, पोटातलं पाणीही हलणार नाही अशा गाडीतून माँ प्रत्युज्ञा आत्मसिद्ध आश्रमाच्या गेटसमोर आल्या. शांडिल्य मागच्या गाडीतून लगबगीने उतरला आणि त्याने माँच्या गाडीचं दार उघडलं. माँ गाडीतून उतरल्या तसा त्यांना हवेतला उष्मा जाणवला. डोक्यावरून पदर पुढे ओढत त्या चालू लागल्या, तेवढ्यात सखी छत्री घेऊन आली. छत्रीच्या छायेत माँ प्रत्युज्ञा स्वामी दयांच्या मूर्तीसमोर क्षणभर डोळे मिटून उभ्या राहिल्या आणि शिरस्त्याप्रमाणे साधना मंदिरात गेल्या.

"शुभम् शुभम्."

"शुभम्."

"शांडिल्य, आजचं – आत्ताचं आमचं वक्तव्य रेकॉर्ड कर."

"जी."

"माझ्या प्रियजनांनो, आज प्रवचन नाही. आज आम्ही आमचं मनोगत सर्वांना सांगू इच्छितो. आज आम्ही ज्या गाडीतून आलो, ती आपण सर्वांनी पाहिली असेल. दिवे आगारमधल्या एका भक्ताने ती आम्हास भेट म्हणून दिली. आमचा नकार त्यांना क्लेष देऊ लागला म्हणून नाईलाजास्तव आम्ही त्या गाडीचा स्वीकार केला. परंतु कृपा करून पुन्हा कोणत्याही भक्ताने अशी महागातली भेटवस्तू आम्हांस देऊ

नये. अर्थात, भेटवस्तू देऊच नये अशी आमची सर्व भक्तांना विनंती आहे. भक्तांचं प्रेम, माया, श्रद्धा हीच आमच्यासाठी अमूल्य भेट आहे. कारण हे प्रेम, ममत्व, श्रद्धा ही आमच्याठायी नसून स्वामी दयांच्या ठायी आहे. आम्ही केवळ पोस्टमन. त्यांचा निरोप, श्रद्धा, प्रेम स्वामींपर्यंत पोहोचवणारं एक माध्यम.

विज्ञानात प्रगती होत आहे, होत राहणार. म्हणून रोज नवीन शोध लागत आहेत. शोध लागलेली प्रत्येक वस्तू जर विकत घेत जाल, तर तो केवळ मोह आहे. आम्ही वाहन वापरतो. तो नाईलाज आहे. स्वामी दयांचा संदेश घरोघरी पोहोचवायचा, तर प्रवास असणारच आणि कुणावरही अवलंबून न राहता हा प्रवास घडावा आणि भक्तांपाशी समयानुसार पोहोचता यावं, याची सोय म्हणून वाहन. ते वाहन उत्तम चालणारं हवं, एवढीच माफक गरज. आलिशान वाहनाची आवश्यकता नाही. कुणासही दुखवू नये. हेतू चांगला असतो, म्हणून स्वीकार करावा लागतो. परंतु हा खर्च अयोग्य आहे. जर काही द्यायचंच असेल तर आश्रमास द्यावं अशी आमची विनंती आहे.

आज इतकंच पुरे.

शुभम् शुभम्.''

जयराम, विजया, कावेरी, मधुश्री आत्मसिद्ध आश्रम बघून आश्चर्यचकित झाले. कमलने बराच माल साठवला आहे तर! असा विचार जयरामच्या मनात आल्यावाचून राहिला नाही. पण त्याच बरोबर ती बदलली आहे, हे त्याला समजत होतं. इतक्या मोठ्या संख्येत असलेला जनतेचा विश्वास, पाठिंबा त्याने प्रत्यक्ष बघितला होता आणि ती गाडी? अहाहा! एकदा तरी त्या गाडीत बसता यायला हवं, ही हाव त्याच्या मनात जागृत झाली होती. आत्ताचं तिचं भाषण ऐकून ती पक्की राजकारणी आहे, हे त्याला मनोमन पटलं होतं. 'राजकारणी होण्यापेक्षा संत झाली हे चांगलं झालं. इथे निवडणुका नाहीत. खुर्ची जायची भीती नाही. बदनामी व्हायचा चान्स नाही. सतत प्रणाम, नमस्कार! झकासच. माणसं यडी आहेत. काय वाट्टेल ते देतात तिला. सोनं काय, चांदी काय... मोत्यांचा सर काय! हारांना तर अंतच नाही. सगळा गळा त्या हारांनी भरून जातो, तरी लोक देतच राहतात. तीर्थ मागतात तिच्या पायांचं? सालं, हे काही औरच आहे. तरी बरं, हिचं आधीचं आयुष्य त्यांना माहीत नाही आणि आता कळलं तरी विश्वास कोण ठेवणार? वा! बहिणाबाई, मस्त खेळ चालू आहे. बोल्ड होऊ नका, म्हणजे झालं.'

''काय विचार करताय?''

''अं? काही नाही?''

''हे सर्व कमलवन्सचं?''

“होय.”

“आपण इथेच राहणार का खरोखर?”

“ती काय नाही म्हणेल? हिंमत नाही तेवढी तिची.”

“पण, बोलायचं नाही ना, की ती तुमची बहीण...”

“शू ऽ ऽ! हळू! मस्त, मजेत राहायचं असेल तर गपगुमान राहा. कावेरी, मधुश्रीलाही सांगून ठेव. अक्षर काढायचं नाही तोंडातून. चुकूनही ‘आत्या’ म्हणायचं नाही.”

“समजवलंय!”

“मग चैन आहे आता. आरामात जाईल आयुष्य! शिवाय खर्चही नाही काही...”

“पण हे असं...”

“गपगुमान राहा, सांगितलं ना एकदा!”

“हो.”

“ही अशी आश्रमातली कापडं घालावी लागतील?”

“घालायची. काय फरक पडतो? फुकटात जे जे मिळतंय, घ्यायचं. गप्प राहा. शांडिल्य येतोय.”

“शुभम्.”

“अं?”

“शुभम्?”

“हां. शुभम्.”

“तुमची नावं, पत्ता, संपूर्ण माहिती मुख्य कार्यालयात द्यायची. तिथे सेवक आहे. तो घेईल लिहून. फोटोही काढेल. हा असा बॅच मिळेल तुम्हाला. तो सतत जवळ ठेवावा लागतो.”

“कशासाठी?”

“त्याशिवाय कुठेच एन्ट्री मिळत नाही. पास दाखवलात तरच सर्वत्र जाऊ शकता.”

“बरं.”

“जा तुम्ही. ते तिथे आहे मुख्य कार्यालय.”

“बरं.”

“शुभम्.”

“हे असं प्रत्येक वेळेस म्हणायचं का?”

“काय?”

“शुभम्? म्हणजे पास आणि शुभम् दोन्ही लायसन्स आहेत की काय?”

“हसण्यासारखं काही नाही त्यात. तुम्हाला इतरांसाठी शुभ व्हावं अशी सदिच्छा व्यक्त करायची नसेल तर काहीच हरकत नाही. नका म्हणू. पास मात्र आवश्यक आहेच. माँ कुणावरही कसलीही बंधनं घालत नाहीत. ज्यांना स्वत:ची वृद्धी करून घ्यायची नसेल आणि त्यांनी अधोगतीतच राहायचं ठरवलं असेल तर माँ त्यांना, ती त्यांची आवड, त्यांचा आनंद म्हणून सोडून देतात. प्रत्येकाने ठरवावं, स्वत:ला कुठे जायचं आहे ते. हे स्वातंत्र्य तुम्हाला याच एकमेव आत्मसिद्ध आश्रमात मिळेल. तुमची मर्जी! येतो मी. शुभम्...”

आणि नकळत चौघांच्याही तोंडून आलं.

“शुभम्.”

शांडिल्य गालातल्या गालात हसत तिथून निघून गेला.

माँ प्रत्युज्ञा परतून आल्या आहेत म्हणून तांबट त्यांना भेटायला आत्मसिद्ध आश्रमात पोहोचला.

“शुभम् सरदेसाई.”

“शुभम् तांबट. या.”

“माँ भेटतील?”

“हो. ही वेळ आहेच भेटण्याची. परगावाहून दोन बसेस भरून भक्त आले आहेत त्यांच्या दर्शनासाठी.”

“तरीच! मी विचार करतच होतो की, आज आश्रम एवढा गजबजलेला का आहे? पण मग आत्ता भेटून काही उपाय नाही. मागाहून येतोय की!”

“खास काही?”

“होय तर! सांगावं का तुम्हाला?”

“जरूर!”

“जमीन आश्रमाच्या नावानं करतोय बाळकृस्न!”

“असं? हे कसं काय घडलं?”

“आता एकदा मनावर घेतलं आमी, तर नाय कोन म्हननार?”

“तेही बरोबरच! शुभम्... शुभम्... शुभम्.”

“आता समदं शुभ. शुभच. कागद घेऊन येतोय आता. माँना सांगून ठीवा, सह्या करायला तयार ऱ्हा!”

“होय. काळजी मिटली एक. तांबट अजून काही योजना आहेत.”

“बोला नुस्तं!”

“शाळा काढायची आहे. इथेच.”

“ब्येस!”

“आश्रमाचा मागचा भाग तसा ओसाडच आहे. ती जमीन...”

“मी बगतो.”

“छान!”

“आणि हॉस्पिटलही हवं. आयुर्वेदिक केंद्र...”

“वा! टेंडर मागवा. ज्यो कोन कमी किमतीत बांधून देईल, त्याला कॉंट्रॅक्ट द्यायचं.”

“ते सर्व माँ ठरवतील.”

“हां!”

“पण मग बघणार ना जमिनीचं त्या?”

“एकदा शब्द दिला ना, मग हा तांबट मागं फिरनार नाही.”

“शुभम्.”

“जातो तर. शुभम्. रातच्याला भेटू प्रवचनाला.”

“होय.”

तांबट खुशीत होता. पडीक जमीन नक्की कुणाची हे शोधून काढायचं. त्याला पैसा मोजायचा आपणच. आपणच जमीन विकत घेऊन आश्रमाला दान द्यायची म्हणजे मग शाळा आणि हॉस्पिटल बांधायचं काम आपसूक आपल्यालाच मिळेल. बाळकृष्णाला हाताशी धरायचा. त्याचा पण खिसा गरम, न आपला दुप्पट गरम! बेत शिजत होता आणि तांबट या मोठ्या माशाच्या गळाला लागण्याने लालेलाल होत गेला. आश्रमात पैसा आहे, हा आपला अंदाज चूक नाही, याची त्याला खात्री पटली. धर्म आणि कर्म दोन्ही होतंय, स्वार्थ आणि परमार्थ दोन्ही साध्य होतंय म्हटल्यावर त्याने सरळ गुत्त्याची वाट धरली. आज इंग्लिश पाहिजे, मनोमन तो तरंगायलाही लागला आणि त्याच्या मनात शाळा आणि हॉस्पिटलची इमारत उभीसुद्धा राहिली.

सखीकडून कळलेली गोष्ट माँ प्रत्युज्ञांना जरा अस्वस्थ करू लागली. शागीर्द त्यांच्यापरोक्ष आश्रमात कमी आणि सरदेसाईंच्या वाड्यावर जास्त काळ व्यतीत करत होता, ही गोष्ट खटकणारीच होती. आश्रमाच्या नियमांचं उल्लंघन होत होतं. आपण नसताना शागीर्दने आश्रमाची देखभाल बघायला हवी अशी त्यांची अपेक्षा होती. शागीर्दने दाखवलेली ध्यानातली प्रगती अचंबित करणारी होती. अध्ययनातही तो पुढेच होता. मग त्याला आश्रमापेक्षा दुसरीकडे राहावंसं का वाटावं? हा प्रश्न सुटत नव्हता.

"माँ, पण त्याने कामचुकारपणा नाही केला. उलट जास्तच काम करायचा. प्रवचनं घ्यायचा."

"प्रवचन?"

"आपल्या निवडक प्रवचनांची एक सी.डी. तयार केली आहे त्यानं. रोज त्यातलं एक प्रवचन तो सर्वांना ऐकवी आणि त्यानंतर ध्यानही घेई."

"असं?"

"आणि बाजारहाट तर अगदी चोख!"

"बरं."

"माँ, मी जाऊ? आपला फलाहार आणायचा आहे."

"जा. पण फलाहार घेऊन शागीर्दला पाठव."

"जी? ...जी. शुभम् माँ."

"शुभम् शुभम्."

शागीर्दला बघून माँ प्रत्युज्ञांना बरं वाटलं. 'पोरगा चांगला सुधारलाय. प्रथम बघितलं होतं तेव्हा किती बारीक, कोमेजलेला होता. आता छान झालाय. रुबाबदार! देखणा!'

"शुभम् शागीर्द, शुभम्."

"शुभम् माँ. फलाहार..."

"ठेव तिथे. बैस. कसं काय चाललंय सर्व?"

"उत्तम माँ."

"सरदेसाईंचा वाडा फारच आवडलाय तुला?"

"जी."

"मोकळेपणाने सांग."

"हो. वाडा म्हणून नका. आवडली आहेत ती माणसं. आई, अण्णा आणि दाजी व विमलासुद्धा. लव-कुशाची जोडीही आवडते. दोघं गुणी बैल आहेत. आणि..."

"समजलो. आश्रम? आश्रम आवडेनासा झाला आहे?"

"नाही माँ. पण ते घर आहे आणि हा आश्रम. आश्रम घरासारखा कसा वाटणार? आश्रितच वाटत राहतं. माँ, का मी असा आश्रित आहे?"

"तू आश्रित नाहीस शागीर्द. तुझ्यासाठी हा आश्रम, तुझंच घर आहे. असं समज की तू हा आश्रम इतर आश्रितांसाठी निर्माण केला आहेस. असा विचार करू लागशील तर तुला आश्रित वाटणार नाही."

"माँ, अजून खूप प्रश्न आहेत मला. देता उत्तरं?"

"देऊ. त्या उत्तरांमुळे जर तू मुक्त होणार असशील तर नक्कीच!"

"तुम्ही मुक्त होण्याचा मार्ग दाखवला आहे. पुन्हा एकदा त्या मार्गावरून जायचं आहे."

"ठीक आहे शागीर्द. उद्या संध्याकाळी ध्यानानंतर..."

"जी."

"शागीर्द, नवीन भक्त आले आहेत आमच्याबरोबर आश्रमात. त्यांची व्यवस्था नीट लागली आहे ना हे बघ."

"बघितली माँ. जयराम काका, विजयाकाकू, कावेरी आणि मधुश्री! कावेरीने माहिती दिली आहे सर्वांची."

"काय माहिती दिली?"

"कुठे राहत होते, किती त्रास झाला, कसे रस्त्यावर आले..."

"इतक्यात? एवढ्या कमी वेळात सर्व सांगितलं? अजून काही?"

"नाही."

"ठीक. जा तू आता."

"जी."

"आणिक एक. वाड्यावर वरचेवर जाण्याची आवश्यकता नाही."

"जी?"

"आज्ञा आहे ही."

"शुभम्."

"शुभम् शुभम्."

माँ प्रत्युज्ञा अस्वस्थ झाल्या. शागीर्दचं बाहेर रमणं त्यांना खटकत होतं. असं का व्हावं, हे समजत नव्हतं. 'शागीर्दने इथेच असायला हवं. आपण त्याला रस्त्यावरून घेऊन आलो. त्याच्यावर हक्क या आश्रमाचा आहे. आश्रमामुळेच त्याची आणि सरदेसाईची ओळख झाली. त्याने आश्रमाचे आभार गानायला हवेत. आश्रमाचा मान ठेवायला हवा. सरदेसाईच्या सौं.ना हा आश्रम मान्य नाही. आपण मान्य नाही. त्यांचा आपल्यावर विश्वास नाही. शागीर्द त्यांना आई म्हणू लागलाय! 'आई' म्हणताना एक जिव्हाळा उमटतो त्याच्या स्वरातून. आत्ताच ऐकला आपण तो. तसा जिव्हाळा माँ म्हणताना स्वरात नसतो त्याच्या. सगळे म्हणतात 'माँ' म्हणून तोही म्हणतो. या पलीकडे काही भावना नाहीत त्यामागे. असं का? आपण तरी त्याचा इतका विचार का करत आहोत? इतर मुलांसारखाच हा एक! पण नाही. तो इतरांसारखा नाही. तो वेगळा आहे. तेज वाढतंय त्याच्या चेहऱ्यावरचं. अबोल असणारा, घाबरलेला शागीर्द आता बोलका होतोय, धीट होतोय. त्याला आत्मविश्वास

येतोय आणि याचीच आपल्याला भीती वाटते. तो इथून निघून जाईल... तर? स्वामी दया, हे काय चाललंय आमचं? कशासाठी? या तुम्ही. दर्शन द्या. मनाला शांत करा. शुभम् शुभम् शुभम्. शांती शांती शांती...

दहा

हा मानेवरचा वेढा सुटावा म्हणून सुईण कधीपासून प्रयत्न करतेय... नाळ माझ्या गळ्याभोवती एखाद्या फासाप्रमाणे आवळली गेली आहे. पण शेवटी, सुटला फास. तडफडत, धडपडत सुटलो. जेव्हा मी भोकाड पसरलं, तेव्हा सर्वांनी सुटकेचा श्वास सोडला.

निरंजन दामोदर निंबाळकर! माझं संपूर्ण नाव.

आम्ही निंबाळकरांचे वंशज. शिवाजी महाराजांच्या वेळचे निंबाळकर...! राज्यं कधीचीच खालसा झाली. मागे उरलेत ते वाडे. तडा गेलेले, धस लागलेले. याही वाड्याची तीच अवस्था आहे. त्या वाड्याला अनेक दालनं. पण आमचं वास्तव्य सर्वत्र नाही. भाडेकरूंनी ही दालनं भरलेली आहेत. वाड्याला मोठा दरवाजा आहे. जाड, शिसवी. दरवाजा बंद करून अडसर सरकवायला दोन-तीन माणसं लागतात. आता हा दरवाजा कधी बंद होतच नाही. जाड मोठ्या गंजलेल्या बिजागिरी, कधी काळच्या? कुणास ठाऊक. दरवाजा. मोठं अंगण. मग दोन पायऱ्या, पुन्हा प्रशस्त चौक आणि चौकाच्या तीन बाजूंनी दालनं. भरभक्कम लाकडी खांबांवर उभारलेली माडी. उजव्या हाताला जिना. माडीवर जाण्यासाठी. तिथे कुणी जात नाही. जिना चढून वर गेलं की मुख्य दार. जे कायम बंद असतं. त्याला बाहेरून मोठं लोखंडी कुलूप. तिथे आम्ही मुलांनी जायचं नाही अशी सक्त ताकीद होती आणि त्यामुळेच मला नेहमी माडीवर जायचं कुतूहल असायचं. विरोध झाला की नेमकं तेच करावंसं वाटतं असा काहीसा माझा स्वभाव. आई-बाबा मला हट्टी म्हणत. त्यामुळे मला नेहमीच बोलणी खावी लागत. आजही तसंच झालं. आई विळीवर भाजी चिरत होती. शेजारीच चुलीवर भात रटरटत होता. मी धुडगूस घालत तिच्याजवळ गेलो.

"एकदा सांगितलंय ना तुला, मी विळीवर असताना धुडगूस घालायचा नाही म्हणून..."

"आई, बाहेर माणसं आल्येत."

"आली का! बरं झालं. यांना सांग जा. म्हणावं वाड्याच्या मागच्या भागातले दगड हलतायत ते बसवून घ्या."

"मी सांगतो ना! बाबा कशाला हवेत त्यासाठी?"

"भिंत सैल झाल्ये. शेवाळं साचलंय. धडपडशील आणि एक करता दोन होईल. बाबांना सांग."

"बरं. पण मी पण जाणार त्यांच्याबरोबर."

"हटवादी नुसता. जा – कर काय करायचं ते."

मी धूम ठोकली. दगडी वाडा. किती वर्षांपूर्वीचा? काही माहीत नाही, पण खूप जुना आहे. मोडकळीला आला आहे. डागडुजी करायलाच हवी आहे. मी बाबांसोबत निघालो. वाड्याला प्रदक्षिणा घालून आम्ही मागील बाजूस पोहोचलो. त्या माणसांनी भिंत बघितली, तपासली आणि किती खर्च येईल ते सांगितलं. मी रक्कम ऐकली आणि धावत सुटलो ते सरळ आईपाशी.

"आई, काहीतरी हजार बोलली माणसं."

"काय? हजार?"

"हो."

"बाबांना आत बोलव."

"ते तर अजून मागेच आहेत."

"हो म्हणाले की काय?"

"मला नाही माहीत."

"गधड्या, मग आधी ते नाही ऐकायचंस!"

"जाऊ का परत?"

"काही नको. बस इथेच आता."

"पण..."

"पण नाही आणि काही नाही. बस इथे. हा वाडा म्हणजे नुसता खर्चाचा बोजा. सतत आ वासून असतो. कितीही पैसा ओता याच्या घशात, तरी याची भूक भागत नाही. पूर्वी ठीक होतं. राजे होते, त्यांची चाकरी होती. बक्कळ पैसा होता. सोन्याच्या मोहरा होत्या म्हणे. जमिनीतून हंडे मिळाले मोहोरांनी भरलेले. पण पूर्वजांची कमाई! ती काही जपता आली नाही. त्या बाप कमाईवर जगले सगळे. आपकमाई काही नाही. नुसता तोरा – बास. आता आम्ही भोगतो आहोत त्यांची पापं."

"म्हणजे?"

"काही नाही. जा तू."

"तुझं ते असंच असतं. जात होतो तर जाऊ दिलं नाहीस आणि आता जा सांगत्येस."

"निरंजना, सांभाळ बाबा लवकर हे सारं. मोठा हो लवकर. भाडं वाढव सर्वांचं. नाही दिलं तर वाड्याबाहेर घालव सर्वांना. त्यासाठी धमक हवी अंगात. बापाच्या वळणावर जाऊ नकोस. त्यांच्यासारखा भित्रा होऊ नकोस. शंकराचा अवतार आहेस तू."

“कसा काय?”

“मानेवर बघ स्वत:च्या. वेटोळं आहे जन्मजात. शंकराच्या गळ्यात सर्प असतो तसाच वेटोळा आहे तुझ्याही गळ्यात. रुद्रावतार घे आणि वाचव.”

मी नुसती मान हलवत राहिलो. हां हां म्हणता मोठा झालो. आरशात बघितलं की, मानेवरचा काळसर-निळसर वेटोळा डाग दिसतो. खरंच मी शंकराचा अवतार आहे की काय? आई मी लहान असताना म्हणायची, ‘रुद्रावतार घे.’ आणि मी तसाच झालो. रागीट! चिडखोर! भांडखोर! वाड्यातले भाडेकरू मला घाबरायचे. मी वागायचोच तसा. हा वाडा म्हणजे माझं साम्राज्य होतं. मी या वाड्याचा राजा होतो. मी मनाला येईल तसं वागू लागलो. बाबा तसेही काही बोलतच नसत. आता तर आणखीनच गप्प झाले. आई थकली. मीच काय तो एकटा राज्य गाजवणारा!

आणि एके दिवशी आई नको नको म्हणत असतानाही मी माडीच्या दाराचं ते भलं मोठं कुलूप तोडलं. आईने कुलपाची चावी दिली नाही. मग ते तोडावंच लागलं. तीन-सात-दहा-बारा हातोडीचा घाव बसत राहिले. ठणठण आवाज ठणकत राहिला. पंधरावा घाव आणि कुलूप तुटलं. करकरत, चिरकत कडी खेचत राहिलो. ठक्‌कन आवाज झाला आणि कडी निघाली. जाडजूड दार करकरत उघडलं. धूळ, कबुतरांची शिटं, पंख, चिमण्यांची घरटी, फुटकी अंडी... काड्या... अख्खे दहा दिवस लागले माडी स्वच्छ व्हायला.

“आई वर चल.”

“नको.”

“अगं पण का? वर येऊन बघ तरी! किती छान आहे माडी.”

“नको म्हटलं ना.”

“मला कारण सांग. असं काय झालंय?”

“तुझ्या बाबांना विचार.”

“ते काही बोलणार नाहीत. बघितलंस ना त्यांना? कुलूप तोडलं त्या दिवसापासून कसे वागतायत ते.”

“म्हणूनच तुला नको नको म्हणत होते. शाप आहे या घराण्याला.”

“शाप? ह्यँ काहीही.”

“मला माहीत होतं. तुझा विश्वास बसणार नाही. म्हणूनच सांगत नव्हते.”

“सांग, सांग ना!”

“कुणी एक बाई राहात होती या वाड्यात. दासी म्हणून. गरीब होती. नवरा नव्हता आणि मूलबाळही नव्हतं. राजांच्या आज्ञेवरून निंबाळकरांकडे दासी म्हणून ठेवली गेली.”

"बरं मग?"

"वाड्याच्या मागच्या खोलीत राहायची. दिवसभर कष्ट करायची आणि रात्र झाली की, आपल्या खोलीत निजायची. बाई दिसायला देखणी होती म्हणे. वाड्यात ये-जा, पाहुणेमंडळींची ऊठबस असायची. असंच एकदा कुणी पाहुणा आला होता. त्याच्या मनात ती भरली. कसं कोण जाणे पण त्याने वर माडीवर तिला गाठलं आणि तिच्या लुगड्याला हात घातला. ती ओरडली, रडली, भेकली, पण पाहुणा मातब्बर होता. तिच्या मदतीसाठी कुणी गेलं नाही. लुगडं फेडलं गेलं आणि तिने नंतर स्वत:ला जाळून घेतलं. ओरडत होती मोठ्यामोठ्यांदा. तुम्हाला माझा शाप आहे धनी, मी तुमची सेवा केली पण तुम्ही माझी अब्रू लुटलीत. आता हा वाडा माणसांसकट जळेल."

"तसं झालं का?"

"नाही."

"मग?"

"ही माडी म्हणे मांत्रिकाने मंत्रून ठेवली. माडीवर कुणीही कधीही जायचं नाही असं सांगून ते कुलूप घातलं आणि ते तू तोडलंस."

"किती वर्ष झाली या गोष्टीला?"

"बरीच. मला माहीत नाही. सासूबाईंनाही माहीत नव्हतं."

"हो ना! झालं तर मग! मी आता माडीवरच राहणार आहे."

माडीवर माझा वेगळा जीवनप्रवास सुरू झाला. माझा अभ्यास, माझा व्यासंग, सर्वत्र. मी उत्तम चित्रं काढायचो. सर्व भन्नाटच होती. जास्त चित्रं काढली जायची ती लढाईची. घनघोर युद्ध चालू आहे. कुणी मरतंय, कुणी मारतंय. मारणाऱ्याच्या डोळ्यांत त्वेष, हातात सारी शक्ती एकवटलेली. मरणाऱ्याच्या डोळ्यांत वेदना, अपार वेदना. आणि दोन डोळे हे युद्ध, हा संग्राम बघणारे. चित्र काढतानाच वाटायचं की या चित्रात कुठेतरी दोन डोळे आहेत. जे मलाही दिसत नाहीयेत, पण हा संग्राम बघतायत. आई-बाबा क्वचित माडीवर यायचे. ही चित्रं बघायचे. बाबा गंभीर व्हायचे आणि आईला भीती वाटायची.

"काय काढत असतोस रे असं? एवढी छान कला आहे अंगात तर चांगली चित्रं काढत जा. हे काय तेच ते? लढाई – रक्त – आक्रोश?"

खरंच. मलाही कळत नाहीये की, मी अशीच चित्रं का काढतोय? पण ब्रश हातात आला की कॅनव्हास वर हेच उतरतं, आपोआप.

आणि मी माझ्या चित्रांचं प्रदर्शन भरवलं. अख्खा वाडा बघायला आला आणि गावातली प्रतिष्ठित, श्रीमंत आणि महाराणी सुद्धा आल्या. राज्यं कधीचीच बरखास्त

झाली पण महाराणी अजून आहेत. पुढली पिढीही स्वत:ला राजे म्हणवून घेईलच. पण महाराणी कलासक्त आहेत. एक एक चित्रं निरखून बघत होत्या. चित्रातले बारकावे न्याहाळत होत्या. त्यांच्या चेहऱ्यावरचे भाव बदलत होते. एका चित्रापाशी त्या थांबल्याच.

"हे चित्र कल्पनेने काढलंय?"

"हो."

"कल्पना आणि इतिहास इतका सारखा कसा काय असू शकतो?"

"मी समजलो नाही."

"आम्हाला हे चित्र हवं. किंमत सांगा."

मी सांगितली आणि क्षणाचाही विलंब न लावता ती किंमत त्यांनी मान्य केली. अजूनही काही चित्रं विकली गेली. मी क्षणात श्रीमंत झालो. चित्रकार म्हणून माझी ख्याती झाली. निरंजन निंबाळकर – मी लफ्फेदार सही ठोकू लागलो.

मग माझं लग्न होण्यात अडचण कसली?

लग्नानंतरही मी माडीवरच राहणार म्हणून सांगितलं. निरंजनची रंजनाही माडीवरच राहू लागली. चूल मात्र एकच होती.

जग बदलत होतं. वाड्याच्या भल्या मोठ्या दाराबाहेरचं जग बदलत होतं. त्या बदलत्या जगाचे पडसाद वाड्यातही उमटू लागले होते.

मी वाडा पाडायचा असं ठरवलं.

"निरंजन, नको रे."

"बाबा, वाड्याची अवस्था बघा. भाडेकरू, काहीही डागडुजी करत नाहीत. भाडं वाढवून देत नाहीत. तो काळ आणि आत्ताचा काळ. किंमत वाढायला नको?"

"राहू दे रे. पिढ्यान्‌पिढ्या राहत आहेत ही सगळी. असू दे."

"नको. आता त्यांनाही कळायला हवं. महागाई सर्वांसाठीच झालीये. मालक म्हणून आपल्याला काही ना काही मिळकत व्हायला हवी. मला एक स्टुडिओ हवाय. घरात मनासारखं काम होत नाही. मी बऱ्याच जागा बघितल्या स्टुडिओसाठी. पण तेवढे पैसे आता आपल्याकडे नाहीत."

"म्हणून तू या लोकांना बेघर करणार?"

"बेघर का करेन? आपला वाडा खूप मोठा आहे. तो आपण दोन भागांत विभागू. अर्धा भाग आपल्या मालकीचा राहिल. अर्धा भाग भाडेकरूंनी विकत घ्यावा."

"ते शक्य नाही. आपला अधिकार आपण सोडायचा नाही आणि ही वडिलोपार्जित संपत्ती आहे. तिची अशी विल्हेवाट लावायची नाही."

"आई, तू समजव बाबांना."

"या बाबतीत मी कुणाचंच ऐकणार नाही."

"बाबा."

"विषय संपला."

कधीही काहीही ठामपणे न बोलणारे बाबा, वाड्याच्या संदर्भात ठाम झाले. अटळ झाले. आईने, रंजनाने मला खूप समजावलं पण मीही हट्टाला पेटलो होतो. बाबांच्या नकळत सर्व भाडेकरूंना भेटलो. भाडं वाढवून द्या नाहीतर घर रिकामं करा, यावर मी ठाम राहिलो. मी जरी नकळत गोष्टी केल्या तरी बाबांच्या कानांवर त्या गेल्याच. घरातल्या घरात मूक भांडणच सुरू झालं. वातावरण गढुळलं. मी हट्टाने कोर्टाची पायरी चढलो. बाबांकडून जबरदस्तीनेच कागदांवर सह्या घेतल्या आणि मी वाड्याचा मालक झालो.

मी धुंदीत होतो. लढायची आणि पैसा कमवण्याची झिंग चढली होती. केस जिंकण्यासाठी मी प्रत्येक मार्ग अवलंबवला. भाडेकरू फार काळ तग धरू शकणार नाहीत याची मला पूर्ण कल्पना होती. मी खुषीत होतो.

आणि याच माझ्या धुंदीत माझं बाबांकडे-आईकडे दुर्लक्ष होत गेलं. ती दोघं थकत गेली, खचत गेली. घरातलं हसरं वातावरण तंग झालं, रखरखीत झालं. रंजनाची ओढाताण व्हायची, पण मला वाटत राहिलं की, एकदा केस जिंकलो की सर्व व्यवस्थित होईल.

आता मी पलंगावर पडून असतो. अकाली वृद्ध झालोय असं सगळे म्हणतात. या वाड्यात आता दोनच माणसं राहतात. मी आणि रंजना. बाकी सगळा वाडा अंधारात असतो. त्या रिकाम्या खोल्या माझ्या अंगावर येऊन आढळतात. आता माडीवर कुणीच जात नाही. तिला भलं मोठं कुलूप लागलंय. त्या स्त्रीचा शाप खरा ठरलाय. वाडा जळला नाही, पण उजाड झालाय. असं कसं झालं? केस मी जिंकलो होतो. पूर्वीचे भाडेकरू एक-एक करून निघून गेले. मुलांनी खिदळणारं अंगण ओस पडलं. हा सामसूम वाडा बाबांना-आईला बघवला नाही. त्यांनी एका पाठोपाठ एक करत निरोप घेतला. नातवंड बघण्याची त्यांची मनोकामना कधीच पूर्ण झाली नाही. वाड्याला आता मोठी किंमत येईल असं मला वाटत राहिलं. पण... कुणीच आलं नाही. हा वाडा मंतरलेला आहे अशी अफवा – कशी काय पसरली?

चित्रांवर धूळ साचली. उठून चार फराटे मारावेत असं सतत वाटत असतं, पण रंग ओळखता येत नाहीत. ब्रश सुटलाय हातातून. रंगाचे डाग मात्र अगदी ठळकपणे आत्ताही हातांवर आहेत. काळे-निळे, लाल-लालभडक...

'आपण चित्रकार होतो? इतकी सुंदर चित्रं काढायचो? पण... आपण आईला वडिलांना सुख नाही दिलं – त्याही जन्मात. का असे वागलो असू? म्हणूनच प्रेम

नाही त्यांचं आपल्या नशिबात – म्हणूनच पोरके आहोत आपण... अगदी पोरके...’

“शागीर्द, भानावर आला आहेस ना?”

“जी माँ.”

“बोध घेता यावा म्हणून हा गतजन्माचा प्रवास आहे शागीर्द. त्यातून काही योग्य शिकण्यासाठी. चुकांची पुनरावृत्ती या जन्मात होऊ नये. यासाठी. ये, असा जवळ ये.”

“.....”

“घाबरू नकोस. तुला आमच्या आधाराची गरज आहे.”

आणि इतका रुबाबदार शागीर्द केविलवाणा होऊन माँ प्रत्युज्ञांजवळ गेला. माँ प्रत्युज्ञांनी त्याच्या पाठीवर हात ठेवला. त्याच्या केसांतून त्या हात फिरवू लागल्या. शागीर्दच्या स्पर्शाने माँचं मन भरून आलं. शागीर्दला असाच आधार कायम द्यायचा, देत राहायचा, ज्या प्रेमाला तो वंचित झाला आहे, ते प्रेम त्याला भरभरून द्यायचं. माँ प्रत्युज्ञांच्या मनात ते प्रेम ओसंडून वाहू लागलं. शागीर्द अजूनच केविलवाणा होत गेला आणि अचानक क्षणात सावरला. स्पर्शाचं रूप बदलत आहे असा भास त्याला झाला. तो झटकन माँ प्रत्युज्ञांपासून दूर झाला. माँ प्रत्युज्ञा त्याच्या या अनपेक्षित वागण्याचं आश्चर्य करत राहिल्या. त्यांनी शागीर्दकडे बघितलं. शागीर्द माँ प्रत्युज्ञांकडे टक लावून बघत राहिला. ती नजर काही वेगळं विचारत होती. खोलवर रुतत होती. माँ प्रत्युज्ञांना त्या नजरेतलं तेज पेलवलं नाही.

“शागीर्द, जा. शांत हो. शुभम् शुभम्.”

“.....”

‘समाधान’मधून बाहेर पडताना शागीर्दने पुन्हा एकदा माँ प्रत्युज्ञांकडे वळून बघितलं. माँ प्रत्युज्ञा डोळे मिटून ध्यानस्थ बसल्या होत्या.

शाळेसाठी अगदी सहजी जमीन मिळाली. माँ प्रत्युज्ञांचीच कृपा असा आत्मसिद्ध आश्रमाचा समज झाला. तांबट इतका कसा काय बदलला? याचं सरपोतदारांना सर्वात जास्त आश्चर्य वाटत होतं. बाळकृष्णाला आश्रमाच्या जमिनीबाबत शिंदेमार्फत फितवणारा तांबटच आहे, म्हणजे होता, हे त्यांना माहीत होतं. आत्मसिद्ध आश्रमात कामाची घाई होऊ लागली. शाळा, हॉस्पिटलची आखणी, नवनवीन येणारे भक्त, प्रवचनांचे दौरे, विवाह सोहळ्याची तयारी आणि असं बरंच काही. कामांची घाई होती पण गडबड नव्हती. रोजची कामं, दिनक्रम नेमाने चालू होते. माँ प्रत्युज्ञांच्या आज्ञेनुसार जयरामला शाळा, हॉस्पिटलच्या आखणीच्या कामात सहभागी व्हायला

सांगितलं गेलं. विजया अनाथ मुलींची गार्डियन बनली. कावेरी शांडिल्यच्या हाताखाली माँच्या प्रवचनाच्या सीडीज्च्या कार्यात सहभागी झाली. मधुश्री तशी लहान होती. तिने अध्ययन करावं आणि बागेची कामं पाहावीत. आज्ञेनुसार प्रत्येकजण कार्यरत झाला. व्हावं लागणारच होतं. आत्मसिद्ध आश्रमात कुणालाही काहीही फुकट मिळत नाही. श्रमदान हे अत्यावश्यक!

"शागीर्द, शुभम्."
"शुभम् कावेरी."
"मी ऐकलं असं की, तू माँच्या प्रवचनांचं संकलन केलं आहेस? खास तुझं!"
"हो."
"मला देशील ऐकायला?"
"देईन की!"
"कधी?"
"उद्या देतो. आत्ताही देता येईल, पण मी बाजारात जातो आहे आणि बाजारातून आल्यावर ध्यान शिकवायचं आहे मुलांना."
"मी येऊ बाजारात तुझ्याबरोबर? इथे आल्यापासून बाहेरचं जग विसरल्यासारखं झालंय. ते रस्ते, ती रहदारी, ती दुकानं, सिनेमे... सर्व हरवून गेलंय बघ. तुझ्याबरोबर आले तर कुणी नाही म्हणणार नाही. मला जरा मोकळं व्हायचं आहे रे!"
"शांडिल्यदाला विचारू या."
"दादा म्हणेल, माँना विचारून जा."
"पण माँ आज नाही आहेत आश्रमात."
"खरंच?"
"हो. सर्वांना माहितीय त्या नाही आहेत ते. तुला कसं माहीत नाही?"
"अगदी सकाळपासून या सीडीजमध्ये गुंतले. पाचशे सीडीज् पाठवायच्या आहेत कुठेतरी. काम करता करता ऐकतही होते."
"बरं, जाऊ या आपण. शांडिल्यदा नाही म्हणणार नाही."

कावेरीला इतकं बडबडताना, हसताना शागीर्दने कधी बघितलं नव्हतं. तुरुंगातून सुटका व्हावी आणि मनाने उंच भरारी घ्यावी तशी ती भरारी घेत होती. अल्लड, अवखळ!

"शागीर्द, पाणीपुरी खाऊ या."
"नको. पैसे नाहीत माझ्याजवळ."

"माझ्याकडे आहेत. आश्रमातून निघताना आईकडून घेतलेत मी."

"पण..."

"चल रे! तू असाच असतोस ना नेहमी, शांत, भावनाहीन?"

"तसं नाही गं!"

"खा तर मुकाट्याने."

"पाणीपुरी झाली. भेळ झाली. आइस्क्रिमही खाऊन झालं. आता काय विचार आहे?"

"आता पळून जायचा विचार आहे."

"कावेरी..."

"किती मस्त वाटतंय रे बाहेर! हे स्वातंत्र्य फार हवंहवंसं आहे. मला नाही कळत ते ध्यान. ती प्रवचनं. उबग येतो. कंटाळवाणं, जीवन नीरस करणारं आहे सर्व. मला जगायचंय. या जगाचा, जीवनाचा अनुभव घ्यायचा आहे. समरसून जायचं आहे या निसर्गात!"

मन मोकळं ढाकळं
भरारी पाखरू,
मन स्वच्छंद बेधुंद
सुसाट वारू

"कविता? कुणाची?"

"माझीच. आत्ताच सुचली."

"अजूनही आहेत?"

"हो. वही आहे माझी कवितेची."

"मला देणार वाचायला?"

"देईन ना!"

"मग त्यासाठी आश्रमात जायला हवं."

"काय रे शागीर्द."

"चल."

"कुठे निघाली स्वारी?"

"आई? घरीच येत होतो."

"असं?"

"हो. ही कावेरी. आश्रमात असते. तिलाही घेऊन येतो आहे."

"बरं. चला."

"विमला, गडवा घे पाण्याचा ऽ ऽ"

"बैस. कावेरी का? छान आहे नाव."

"आई, ही कविताही करते."

"असं? छान छान. तू कविता कर आणि हा चाली लावेल, म्हणेलसुद्धा. फार छान गातो."

"शागीर्द? आणि गाणं?"

"हो. खरंच. म्हण रे एखादं."

"आई, आत्ता नको. जायला हवं आश्रमात. आई, शनिवारी येऊ राहायला?"

"अरे ये ना! विचारायचं काय त्यात? मी वाट बघेन."

"अण्णांना आश्रमात तसं सांगायला सांगशील?"

"हो. सांगेन हो. घ्या, सरबत घ्या."

"येतो आई."

"ये हो बाळा."

"तू शुभम् नाही म्हणालास निघताना?"

"कावेरी, आईला आश्रम, माँ प्रत्युज्ञा काहीच पसंत नाही."

"दे टाळी! मलाही पसंत नाही. पण राहावं लागतंय..."

कावेरी सांगत राहिली आणि शागीर्द ऐकत राहिला. 'नाइलाज म्हणून कुणी आश्रमात येतं राहायला? जगण्यासाठी काय काय करावं लागतं... पण जयरामकाका... शी:! इतकं मिंधं एका पुरुषाने असावं की जगण्यासाठी एका बाईची मदत घ्यावी? हे किती वाईट आहे. कावेरी किती सुरेख दिसते. तिचे लांबसडक काळेभोर केस. सावळा रंग, पण त्या रंगाला एक चकाकी आहे. टपोरे डोळे, सुंदर दात, सडपातळ बांधा, आणि...'

शागीर्द लाजला आतल्या आतच. आपण कावेरीचं इतकं निरीक्षण करत आहोत, याचं त्याला आश्चर्य वाटलं. आयुष्यात प्रथमच असं कुणाबद्दल काही वाटतंय, हे त्याला जाणवलं. तो नकळत हळुवार झाला. कावेरीकडे एकटक बघत राहिला.

"शागीर्द असं बघू नकोस ना! अवघडल्यासारखं होतंय."

"अं... आश्रमापर्यंत पोचलो बघ..."

"नेहमी नेशील बाजारात? तुझ्याबरोबर?"

"बघू."

"तुला चालेल ना?"

"हो."

"मग... मग... मी जाते..."

शागीर्द हसला, गालातल्या गालात. खरं तर त्याला अगदी मोठ्यानं हसायचं होतं. खूप मोठ्यानं.

शुभम् शुभम्.

प्रत्येकाने आपल्या स्व-धर्मानुसार जगावं. आपला स्व-धर्म कोणता आहे, हे ज्याने त्याने पडताळावं. धर्म म्हणजे जात नव्हे. उच्च नीच असा भेदभाव नव्हे. धर्म समजणं म्हणजे आपल्या मनाचा कल कुठल्या कार्याकडे झुकतो, हे समजून घेणं. एखाद्या कार्यात, सभोवतालचं भान विसरून मग्न होणं, हाही धर्मच झाला. एखादा चांभार चप्पल तयार करत असेल तर ती बनवताना त्याचं संपूर्ण लक्ष केवळ त्या चप्पल बनवण्यातच असेल, तरी ते ध्यान झालं आणि हे ध्यान हाच धर्म झाला. त्या क्षणाशी त्याचं एकरूप होणं म्हणजे ईश्वराशी एकरूप होणं होय. कोणताही तथाकथित धर्म हेच सांगतो की, धर्माच्या वाटेने चला म्हणजे तुम्ही त्याच्यापाशी पोहोचाल आणि हे पोहोचणं म्हणजे तरी नक्की काय? हे पोहोचणं म्हणजे ईश्वराने नेमून दिलेल्या कर्तव्याशी प्रामाणिक असणं. हे नेमून दिलेलं कर्तव्य ज्याचं त्याने जाणून घ्यायला हवं. त्याने कुणाला चित्रकार बनवलं असेल, कुणाला मूर्तिकार बनवलं असेल, कुणाला उत्तम स्वयंपाकी बनवलं असेल...! कोणतंही कर्तव्य हे कमी दर्जाचं नाही. कुणी कचरा उचलणारा असेल तर त्याने कचरा उचलण्याचं कार्य, पूर्णत्वानं केलं. तरी तो पोहोचला. लक्षात घ्या, समजून घ्या. कर्तव्य काय आहे, यापेक्षा ते कसं केलं जातंय, यावर सर्व निर्भर आहे! शुभम् शुभम्!

शुभम् माँ.'

"आता ध्यानास सुरुवात करू."

पहाटेपासून आत्मसिद्ध आश्रमात भक्तांची हजेरी लागत होती. माँ प्रत्युज्ञांचा प्रकट दिन साजरा होणार होता. मीडिया, पत्रकारांची गर्दी आश्रमाबाहेर ताटकळत उभी होती. प्रत्येकाचं ओळखपत्र तपासण्याची जबाबदारी जयरामने स्वखुषीने पत्करली होती. प्रत्येकाला व्हिजिटर्स पास दिला जात होता. माँ प्रत्युज्ञांची मुलाखत आणि क्लिप्स प्रत्येक चॅनेलला हव्या होत्या. चोवीस तास बातम्या तरी काय द्यायच्या? मग असे इव्हेंटस् कॅप्चर करायला लागतात. तिथे श्रद्धा, विश्वास या गोष्टींचा सुतराम संबंध नाही.

"शागीर्द, इकडे ये."

"काम करतोय कावेरी, काय हवंय?"

"काही विचारायचंय. गेले तीन दिवस तू दिसलाही नाहीयेस मला."

"आईकडे गेलो होतो ना!"

"बरं आहे तुझं. तुला जाता तरी येतं. मी कुठे जाणार? आम्ही चौघंही इथेच. मला, मधुश्रीला कुठे जाताच येत नाही. तिचं तर शिक्षणही थांबलं."

"कावेरी, उदास होऊ नकोस. मी आहे ना?"

"तू? कुठे आहेस? सतत या आश्रमात काम करत, नाही तर माँकडे आणि क्वचित तुझ्या आईकडे. काय बोलत असते माँ सतत तुझ्याशी? आश्रमात अजून कितीतरी शिष्य आहेत. त्यांना का नाही बोलवत ती टाईमपास करायला."

"कावेरी... शांत हो. हळू बोल."

"मी नाही घाबरत कुणाला. जबरदस्तीने आले इथे माहीत आहे ना?"

"हो. पण म्हणूनच तर भेटलो आपण!"

"खरंच रे! मी किती बावळट आहे. हा विचारच मनात आला नाही."

"शहाण्यासारखी वाग आता. आज किती कामं आहेत..."

"प्रकट दिन म्हणजे रे काय? तिचा वाढदिवस?"

"नाही. शांडिल्यदा सांगत होता की, आजच्या दिवशी स्वामी दया माँना भेटले. आणि माँना त्यांच्याकडून दीक्षा मिळाली. त्या माँ प्रत्युज्ञा झाल्या."

"बारसं झालं होय? गंमतच आहे."

"पुरे."

"तुला का राग येतो माझ्या बोलण्याचा?"

"राग? नाही गं. पण आपण कशाला काही बोला? नाही पटत एखादी गोष्ट तर सोडून द्यावी. फुलं नीट लावते आहेस ना?"

"हो."

"आज आश्रम अगदी सजवून टाकायचा आहे."

"शागीर्द, आईकडे काय केलंस दोन दिवस?"

शागीर्द कावेरीच्या या प्रश्नावर हरवला. त्याला वाडा दिसू लागला. वाट बघणारी आई दिसू लागली. माँची परवानगी घेणारे अण्णा दिसू लागले.

"शागीर्दला दोन दिवस वाड्यावर न्यायचं म्हणतोय. आपली परवानगी हवी होती."

"वाड्यावर? शागीर्दला यायचं आहे?"

"हो. आणि आमचं राणीसरकार. त्यांचीही इच्छा आहे."

"असं? पण..."

"आज्ञा द्यावी. वाडा अगदी सूनसान असतो. माँना सर्व ज्ञात आहेच. एकाकीपण भरून राहिलं आहे तिथे. मी अशा आश्रमाच्या सेवेत असतो, विभावरी एकटी असते. सांभाळते सर्व जातीने! परंतु, शागीर्दच्या येण्याने जरा भरल्यासारखं होतं सर्व!"

"आज्ञा आहे. परंतु असं जर वरचेवर होऊ लागलं तर..."

"नाही होणार."

"ठीक आहे. पण चार दिवसांनी आश्रमात सोहळा आहे."

"जाणतो. जातीने लक्ष देतोच आहे. शागीर्दही येईल वेळेत."

"ठीक आहे. शुभम् शुभम्."

"शुभम् माँ."

आणि आपण निघालो. आईने तर इतकं काही गोडधोड करून ठेवलं होतं...

"आई, अगं किती हे जेवण? मी इतकं नाही जेवत."

"माहीत आहे. जेव. तुला हवं ते. तुला हवं तितकं."

पोट आणि मन भरून गेलं होतं.

अंगणातल्या झोपाळ्यावरची ती रात्र! अण्णा, आपण आणि आई. छान चांदणं पडलं होतं.

सहज वाड्याकडे नजर गेली आणि माडी दिसली.

"काय बघतोयस एवढं?"

"आई, मी फार दुष्ट आहे गं."

"तू दुष्ट आहेस?"

"होतो. त्या जन्मात होतो. फार दुखावलं मी सर्वांना. म्हणूनच, म्हणूनच हा असा एकटा आहे आता. पण तरीही काहीतरी चांगलंही केलं असणार. त्याशिवाय तू आणि अण्णा भेटला नसता. माँची कृपा!"

"हो. याबाबतीत हे अगदी खरं. तिचीच कृपा म्हणून तुला घेऊन आली ती त्या आश्रमात. आणि म्हणूनच..."

"तुला सांगतो मी माझे जन्म... म्हणजे तुलाही राग येईल की किती कृतघ्न होतो..."

"नको."

"ऐक ना गं! मन हलकं होईल माझं. फार फार साठून राहिलं आहे सगळं. मोकळं होऊ दे. आणि आईजवळ मोकळं व्हायचं नाही तर मग कुणाजवळ?"

"सांग. ऐकते सर्व."

अण्णा रडत होते, आई रडत होती. पण मी शांत झालो होतो. मोकळं वाटत होतं. चांदण्याची शीतलता आत अंगात, खोलवर झिरपत राहिली. खूप हसू येऊ लागलं.

"विश्वास नाही असं म्हणतेस, मग रडतेस का आता?"

"तुझ्यासाठी. तुझ्या वेदना मला वेदना देत आहेत म्हणून. आणि बाळा, माझी तितकी मती नाही. सर्वसाधारण स्त्री आहे मी. घर, नवरा, माझं शेत, माझी बैलं, दाजी-विमला – यांतच रमणारी. हे अबोध ज्ञान माझ्या आकलनाच्या पलीकडचं आहे. म्हणून ते खरं की खोटं हे मला माहीत नाही आणि जे आपल्याला माहीत नाही त्यावर मी भाष्य करत नाही. माझं म्हणणं इतकंच आहे की कालच्या चुकीवर आज सुधारणा होत नाही तर मग गेल्या अनेक जन्मांच्या चुकांवर या जन्मात सुधारणा कशी करता येणार रे? तुझे काही जन्म बघून तुला समजलं की तुझ्या नशिबी आई-वडिलांचं प्रेम नाही... आज त्यावर उपाय आहे? जे जाणून घेतलंस, त्याने तुझं समाधान झालं? मिळालं उत्तर तुला, पण त्या उत्तराने आनंद दिला?"

"नाही."

"क्लेषच दिले ना! पश्चात्ताप दिला. आता हा जन्म संपेपर्यंत करत राहशील पश्चात्ताप... काय उपयोग? या जन्मातले आनंदाचे, उत्साहाचे क्षण जे तू निर्माण करू शकशील, ते तू पश्चात्तापात, दुःखात व्यतीत करशील. उत्तम गातोस. होय ना? गाणं शिक! कलाकार आहेस. चित्रंही काढू शकशील, या जन्मातही. हातात ब्रश घे. आयुष्य संगीतमय कर. रंग भर त्याच्यात. अब्बाजींना आठव. त्यांनी दिलेली कला जतन कर. त्यांचं अध्यात्म आठव. विसर सगळं. पुन्हा त्या फंदात पडू नकोस. कोमेजून जाशील रे बाळा... जीव लावणारा आहेस, लाघवी आहेस, चांगला कणखर बन. अंगापिंडानं भारदस्त होतो आहेस. जतन कर. शरीर हे मोठं धन आहे. मन म्हणजे निसर्ग आहे. आणि अध्यात्म म्हणजे निसर्गाचं आणि धनाचं योग्य मिलन आहे."

"आई?"

"मला हे इतकंच समजतं. आणि त्यात मी आनंदी आहे."

"शागीर्द, कुठे हरवलास?"

"अंगणात, झोपाळ्यात, चांदण्यात..."

"घंटा वाजली. ध्यानाची वेळ झाली आहे."

'शुभम् शुभम्.

जीवनाला कलाटणी देणारा एक क्षण आयुष्यात उगवतो. हा क्षण कधी वाताहात करणारा ठरतो तर कधी उत्कर्ष करणारा ठरतो. कोणत्याही परिस्थितीत जे मनाचं संतुलन बिघडू देत नाहीत ते संत! आमच्या आयुष्यातला तो एक क्षण उत्कर्ष करणारा ठरला आणि स्वामी दयांच्या कृपेनेच तो क्षण उगवला. आजचीच

तारीख, माह होता तो. आणि म्हणूनच आजचा दिवस आमचा प्रकट दिन बनला. प्रकट होणं म्हणजे जे मुळात असतंच, परंतु अदृश्य असतं ते स्वत:ला दिसणं. स्वत:ला त्याची जाणीव होणं. अशा अनेक गोष्टी मानवी मनाच्या सर्वांत खालच्या पातळीत, तळघरात वास्तव्य करत असतात, ज्यांची मानवांना पुसटशी कल्पनाही नसते. ते वास्तव्य जाणिवेने निदर्शनास आणून देणारा गुरू भेटावा लागतो आणि मग शिष्याचा धर्म सुरू होतो. जे गुरूने निदर्शनास आणून दिलं आहे, ते बघणं, गुरू आज्ञेनुसार त्याचं पालन करणं, हा शिष्यधर्म होय. त्यासाठी अनेक गोष्टींचा त्याग करावा लागतो. तो त्याग स्वखुषीने आणि विश्वासाने करणं हा शिष्यधर्म होय. प्रत्येक जीवमात्रात ईश्वराचा वास असतो, पण हे सर्वसामान्य बुद्धीला उमगत नाही. ते जर उमगलं आणि त्यानुसार आपलं वर्तन घडत राहिलं तर शिष्यधर्म उमगला. समोरच्या व्यक्तीतही ईश्वर अंशरूपात आहे, हे जाणवलं तर मग समोरच्या व्यक्तीशी प्रतारणा करणं शक्य नाही. असत्य बोलता येणं शक्य नाही. त्या व्यक्तीला क्लेष देणं, अपमानीत करता येणं शक्य नाही. कारण त्या व्यक्तीला आपल्या वर्तनाने यातना देणं म्हणजे ईश्वराला यातना देणं आणि आपण ईश्वराला प्रणाम करतो, यातना देत नाही. स्वामी दयांची ही कृपा की, आमच्यातल्या त्या ईश्वरी अंशाची जाणीव त्यांनी करून दिली. तो हा दिवस, आमच्यातला ईश्वर प्रकट होण्याचा! म्हणून हा प्रकटदिन! ही कलाटणी ठरली आमच्या आयुष्यातली. म्हणूनच आमचा जन्मदिन महत्त्वाचा नसून प्रकटदिन महत्त्वाचा ठरतो आहे. हे सांगण्याचं कारण इतकंच की प्रत्येक जीवमात्राने आपला प्रकटदिन जाणून घ्यावा आणि तो दिवस म्हणजे उत्सव, आनंद म्हणून साजरा करावा. स्वामी दयांची आपणा सर्वांवर दया राहो. आजच्या या अमृतदिनी आम्ही सर्व अलंकारांचा त्याग करतो आहोत.

शुभम् शुभम्.'

माँ प्रत्युज्ञा आज सोन्याने मढल्या होत्या. आभूषणांनी चकाकत होत्या. त्यांच्या पाया पडायला भक्तांची रीघ लागली. त्यांच्या इच्छेनुसार त्या भक्तांना त्यांचं एक-एक आभूषण त्यांनी दान म्हणून दिलं आणि सरतेशेवटी त्या निष्कांचन झाल्या. एक-एक दागिना उतरवून दान करताना त्यांच्या चेहऱ्यावर समाधान होतं. त्या शांत होत्या. ज्यांना दान मिळालं ते आनंदित झाले. माँ प्रत्युज्ञांचा 'प्रसाद' म्हणून त्यांनी ते दान जतन करायचं ठरवलं. मीडियावाले प्रत्येक क्षण त्यांच्या कॅमेऱ्यात टिपून घेत होते. पत्रकार भराभरा लिहून घेत होते. माँ प्रत्युज्ञांचा शब्द न् शब्द! कुणी अति वयस्कर बाई आली आणि तिने माँ प्रत्युज्ञांना आरती ओवाळली. माँ प्रत्युज्ञांनी तिला वाकून नमस्कार केला. अनेक फ्लॅश लखलखले. पांढरी शुभ्र सिल्क साडी, लाल

रंगाची बॉर्डर असलेली. लांब बाह्यांचा ब्लाऊज, पाठीवर रुळणारे मोकळे केस आणि कपाळावर लाल मोठं गोल कुंकू! माँ प्रत्युज्ञांची तेजस्वी कांती... सगळे भक्त माँ प्रत्युज्ञांचं ते रूप बघून भारावून गेले. साक्षात देवी! असंच भक्तगणांत बोललं जात होतं.

दिवसभर आश्रमात पंचपक्वान्नांचं जेवण जेवलं जात होतं. भक्त, गोर-गरिबांच्या पंगतीच्या पंगती उठत होत्या. माँच्या दर्शनासाठी लागलेली रीघ संपतच नव्हती आणि माँच्या पायांशी जमणारी नाणी-नोटांची रास संपत नव्हती..

प्रकटदिन अप्रकट होत चालला होता. सूर्य या दिवसाला संपवण्याच्या मागे लागला होता. शुभम् शुभम्‌चा घोष सतत होत होता. उगवणारी चंद्रकोर मात्र घराघरांतून चालू असलेल्या बातम्या-बातम्यांमध्ये दिसणाऱ्या माँ प्रत्युज्ञा, एक-एक दागिना उतरवत जाणाऱ्या माँ प्रत्युज्ञा यांना वारंवार बघत होती आणि गालातल्या गालात हसत होती.

अकरा

"दमून गेले अगदी. फुकट जेवायला मिळतंय म्हणून किती खायचं? आणि... रांग संपेनाच! कंबरडं मोडलं पंगती वाढून वाढून!"

"विजया, कमलची लोकप्रियता बघितलीस ना? इथे येण्यापूर्वी वाटलं नव्हतं की, कमलला इतकी माणसं मान देत असतील म्हणून. भिकाऱ्यापासून धनाढ्यांपर्यंत, सर्व जातीची, बायका-पोरं, बाप्ये – अंत नाही."

"खरं आहे. पण खरं सांगू? माँ प्रत्युज्ञापेक्षा मला कमलच सारखी दिसते त्यांच्यात. मी समजू शकते त्या कमलच्या वेदना. कमलला झालेले क्लेष, मानहानी. तुम्ही सगळेच जबाबदार आहात त्यासाठी. सावत्र असली तरी बहीणच आहे ना ती?"

"खूप जुन्या झाल्या त्या गोष्टी. त्या चुकांची बरीच किंमत मोजली आहे मी. म्हणूनच तर आता सेवा करतो आहे तिची."

"बाबा, सेवा करत आहात की फुकट राहायला मिळतंय, खायला मिळतंय म्हणून आला आहात?"

"कावेरी ऽ ऽ!"

"आई, मला का बोलतेयस? विचार कर जरा. हे माझं, मधुश्रीचं वय आहे का ध्यान, जप करत बसायचं? त्या भिंतींच्या आड जगायचं?"

"आपली परिस्थिती..."

"कोण जबाबदार आहे त्याला? ही माझी आत्या ना? पहिल्यांदाच बघितलं तिने आम्हा दोघींना. पण कधी जवळ घेतलं? माया दाखवली? माँ-माँ करत फिरायचं तिच्याभोवती. पण ती बघणारही नाही. का? लाज वाटते तिला आमची? माँ झाली आहे तर मग वागव ना तसं आम्हाला! नोकर आहोत आपण तिचे. ही गुलामगिरी आहे."

"गप्प राहा आता."

"नाही. बोलू दे मला एकदाच सगळं. जीव गुदमरतो इथे माझा. आल्या दिवसापासून ही मातकट कापडं घालून जगते मी. रंगच हरवला आहे आयुष्यातला. जिथे बघावं तिथे एकच रंग! सर्वत्र बोर्ड बघत हिंडायचं – 'शांतता राखा.' का राहू

शांत? गाणी ऐकायची चोरी. टी.व्ही. आहे? नाही. एकच मोठा टी.व्ही. तोही मुख्य कार्यालयात आणि तिथेही सतत माँच. तिची अखंड बडबड. चॅनेलचं नाव काय? ध्यान! –दुसरं चॅनेल लावायला परवानगी नाही. कुणालाच इच्छा होत नाही? चुरगळून गेले आहे मी अगदी.''

''असं म्हणतेस, पण शागीर्दबरोबर छान हसत असतेस.''

''तेही खुपतंय का तुम्हाला? हसूही नको? तोच एक मला समजू शकतोय. तो जाणतो माझ्या यातना. त्याला कदर आहे माझ्या काव्याची, माझ्या कवी मनाची. वाट्टेल ते होवो, शागीर्दशी मी बोलणार, हसणार, हिंडणार त्याच्याबरोबर. या तुरुंगातला तो एक सुगंध आहे. त्याच्या या सुगंधामुळे मला श्वास घ्यावासा वाटतो. या तुरुंगातलं तो चांदणं आहे. त्या चांदण्यामुळे मी शांत होते. या तुरुंगातलं चैतन्य म्हणजे शागीर्द. त्या चैतन्यामुळे मी उल्हसित होते, जगते. मी हवी असेन तर शागीर्दला तुम्हाला मान्य करावंच लागेल. नाहीतर पळून जाईन मी इथून. मग माझं जे व्हायचं असेल ते होईल. लक्षात ठेव.''

माँ प्रत्युज्ञा विचारमग्न होत्या. खरं तर सगळं सुरळीत चालू होतं. शाळेचं, हॉस्पिटलचं बांधकाम सुरू झालेलं होतं. फार कमी काळात चांगलीच प्रगती झाली होती. भक्तगण वाढत होता. मोठमोठे कलावंतही भक्त झाले होते. राजकारणीही हजेरी लावून जात होते. माँ प्रत्युज्ञांचं सुवर्णदान फार गाजलं होतं आणि तरीही सुवर्णाचे अलंकार आजही माँ प्रत्युज्ञांच्या चरणी वाहिले जात होते. ही अफाट लोकप्रियता हा 'स्वामी दयांचा आशीर्वाद' असं माँ प्रत्युज्ञा सतत घोकत होत्या. अनेकांची घरं आत्मसिद्ध आश्रमाच्या कृपेने चालत होती. पसारा बराच वाढला होता आणि अजूनही वाढत होता.

पण हे झालं सर्व माँ प्रत्युज्ञांच्या बाबतीत. अस्वस्थ होती ती कमल. या अस्वस्थतेचं कारण समजत होतं पण ते मान्य करता येत नव्हतं. प्रकट दिनाच्या दिवशी माँ सिंहासनावर विराजमान झाल्या होत्या. हे सिंहासन भेट म्हणून देण्यात आलं होतं. भक्तांच्या आग्रहाखातर, प्रेमाखातर त्या सिंहासनाचा मान राखून माँ प्रत्युज्ञा सिंहासनाधिष्ट झाल्या. होमहवन, पूजा सर्व काही यथोचित झालं. मांडव या टोकापासून त्या टोकापर्यंत माणसांनी फुलून गेला होता. गुलाबाच्या पाकळ्यांचा अहर्निश वर्षाव होत होता. माँ प्रत्युज्ञा प्रत्येकाला नम्र अभिवादन करत होत्या. अभिवादन करून मान वर करता असता एका क्षणी त्यांच्या नजरेसमोर शागीर्द आला. मोठा रुबाबदार दिसत होता. नेहमीचा मातकट रंगाचा अंगरखा त्याने परिधान केलेला नव्हता. सुरवार-झब्बा घातला होता आणि कपाळावर लाल टिळा होता. एवढ्या गर्दीतही तो उठून दिसत होता. हसत होता, कुणाशी बोलत होता.

शागीर्दला मनमोकळं हसताना माँ प्रथमच पाहत होत्या आणि जरा गर्दी हलली तशी त्यांना कावेरी दिसली होती. शागीर्दबरोबर बोलत होती. हसत होती. माँ प्रत्युज्ञांमधली कमल सावध झाली होती. यंत्रवत आशीर्वाद देणं, अभिवादन करणं चालू राहिलं. पण आत काहीतरी खटकलं, बोचलं होतं.

कमल आत्ताही अस्वस्थ होती.

"आपलं शागीर्दकडे दुर्लक्ष होऊ लागलंय. पसारा वाढतोय, तो वाढणारच. पण म्हणून आपण शागीर्दला आधी जसा जितका वेळ द्यायचो, तेवढा देत नाही आहोत. कावेरी आणि शागीर्द बरेच ओळखीचे झालेले दिसतात. नाही, हे चालणार नाही. पण... पण का नाही? त्यात गैर काय? ...गैर काय म्हणजे? हा आश्रम आहे. बाग नाही. सर्वसामान्य सार्वजनिक जागा नाही. इथे हे असं काही चालणार नाही. चांगली मुलं बिघडतील अशानं. अध्ययन राहणार नाही... तू भीते आहेस का? ...कसली भीती? आम्हाला कुणाची भीती? हे राज्य आमचं आहे. इथे आमचंच मत राहणार, आज्ञा पाळाव्या लागणार. इथे अधर्म चालणार नाही. अधर्म?... नाही तर काय? ...हे असं तरुण मुला-मुलींनी वागणं... आणि शागीर्द? तो सतत सरदेसाईंकडे जाऊन अयोग्य मार्गावर चालू लागलाय आणि आता ही कावेरी... मोठी चूक केली जयरामला इथे आसरा देऊन..., बऱ्याच मुली आहेत आश्रमात... कावेरी नाही तर दुसरी कुणी..., नाही, हे शक्य नाही. त्याला त्यांचं चांगलं-वाईट समजत नाही. दोन शब्द कुणी जिव्हाळ्याने बोलले तर तो लगेच त्याला आपलं मानेल..., तुझं काहीतरी वेगळंच चालू आहे..., वेगळं? आश्रमाची, आश्रमातल्या शिष्यांची काळजी करणं म्हणजे आम्ही वेगळ्या वागतो आहोत?... अजूनही आहेत शिष्य आश्रमात...', समजलो. त्यांचीही काळजीच करतो आहोत. कावेरीचं असं वागणं बघून इतरही असंच वागू लागतील...', शागीर्दसाठी हळवी झाली आहेस तू... निव्वळ वेडेपणा..., वेडेपणा? हो ना... माँ आहेस तर तशीच वाग... तसेच वागत आहोत... तसेच वागत आहोत..."

माँ प्रत्युज्ञा थकल्या. त्यांना हे अनाहूतपणे उठलेलं वादळ झेपत नव्हतं. पण सांगणार कसं, कुणाला? कावेरीला इथून दूर पाठवायला हवं असा विचार त्यांच्या मनात येऊ लागला आणि त्यांचंच एक मन सांगू लागलं की, एकमेकांशी कुणी बोलतं, हसतं, तर त्यात गैर काही नाही. पण मन मानत नव्हतं. कावेरी कुणा दुसऱ्याबरोबर बोलत असती तरी आपण इतकेच अस्वस्थ झालो असतो? हा प्रश्न मनात फेर धरून नाचू लागला. 'आपण आपलं वय, आपलं कार्य, आपली प्रतिष्ठा, आपली संयत वृत्ती, कशाचाच विचार करत नाही आहोत? नाही. हे असं चालणार नाही. जी वाट धरली आहे, तिला परतीचा मार्ग नाही. शुभम् शुभम् शुभम्

शुभम् शुभम्.....'

"बऱ्याच दिवसांनी आलास..."

"आई, वेळच मिळत नव्हता."

"बरीच कामं चालू आहेत ना? आणि त्यात आता लग्नाची गडबड..."

"लग्न? छे! काहीतरीच काय आई."

"म्हणजे रे? तू लग्न करतो आहेस?"

"तू कुणाबद्दल विचारत्येस?"

"छान! एवढा सामूहिक विवाह सोहळा रचला आहे... आणि तू तुझ्याच लग्नाबद्दल... काय रे, कशी आहे कावेरी?"

"आई, चेष्टा पुरे."

"आवडते ना तुला?"

"हो."

"अरे मग वाट कसली बघतो आहेस?"

"लग्न करायचं तर घर हवं, पैसा हवा, त्यासाठी नोकरी हवी आणि माझं शिक्षण? शून्य. कसं जमणार हे सगळं? आश्रमात नाही राहणार आम्ही."

"म्हणजे चर्चा वगैरे करून झाली आहे तर?"

"नाही. पण कावेरीला आश्रम जराही आवडत नाही."

"स्वाभाविक आहे ते. उमलतं वय आहे तिचं. तिची काही स्वप्नं असतील. कसं जगायचं याविषयीच्या कल्पना असतील. त्यातून ती आहे कवयित्री! अरे, शागीर्द, तू इतका छान गातोस. गाण्यात, संगीतातच का नाही काही प्रयत्न करत?"

"रहिमतपूरमध्ये राहून, त्यातूनही आश्रमात राहून काय प्रयत्न करणार? कसे?"

"मुंबईला जायचं किंवा पुण्यात. तू आधी जा. जरा प्रयत्न कर. काही ना काही मार्ग निघेल."

"राहू कुठे? खाऊ काय?"

"त्याची काळजी नको. मी, अण्णा आहोत तुझी काळजी घ्यायला."

"तुम्ही... म्हणजे..."

"नावाचीच आई नाही आहे. मुलगा मानलाय तुला."

"पण..."

"विचार कर. ठरव. निघ तिथून. तिथे काहीही जीवन नाही. मी आहे तुझ्याबरोबर."

"आई, तुझे हे उपकार..."

"विमला ऽ ऽ, आज शागीर्दला जेवण वाढायचं नाही गं. 'उपकार' म्हणतोय तो."

"तसं नाही."

"तू या घरात आलास आणि घरात चैतन्य आलं. तू येतोस तेव्हा हे घर भरून जातं. माझं मन तृप्त होतं. तुझी हाक ऐकली की, कान तृप्त होतात बाळा. उपकार म्हणू नकोस. तुला माहीत नाही, किती आनंद देतोस तू मला ते!"

"चुकलो."

"चल, पानं वाढली आहेत."

शागीर्द गेला आणि विभावरी सरदेसाईंचं विचारचक्र सुरू झालं. 'शागीर्दला उभं करायचं. त्याला त्याचं आयुष्य जगू द्यायचं. त्याचं लग्न लावून द्यायचं. त्याला दत्तक घ्यायचं. दत्तक? का नाही? शागीर्द हे काही नाव नाही. त्याला नाव द्यायचं. काय नाव ठेवावं? कुमार अमूक विनायक सरदेसाई? या विचारासरशी विभावरी विनायक सरदेसाई तृप्त झाल्या. सरदेसाई घरी यायची वाट बघू लागल्या. त्यांना वाटलं वाडाही आनंदाने हसतो आहे. ती वरची खोली शागीर्दच्या आवडीची. ती त्याला देऊन टाकावी. तो आणि कावेरी वरती राहतील. ती त्यांची खाजगी खोली. छान सजवू. नवीन कपाटं, पलंग, गाद्या आणि एक टी.व्ही. त्यांच्यासाठी...'

"वहिनी ऽ ऽ"

"काय रे दाजी?"

"विमलाला कसंतरी होतंय."

"असं? आले हं..."

विभावरी सरदेसाईंचा आनंद गगनात मावेना.

"अरे दाजी, जा देवापुढे साखर ठेव. तू बाबा बनणार आहेस."

"खरं?"

"होय. जा, पळ! विमला, अगदी आनंद झाला बघ. हा वाडा शापित नाही. या वाड्यातही जीव उमलतो, फुलतो. हा शागीर्दचा पायगुण. नक्कीच. तो येऊ लागला आणि उदास शांत वाडा फुलू लागला. बास, ठरलं. शागीर्दला दत्तक घ्यायचं!"

"खरंच वहिनी?"

"हो."

"खूप छान होईल बघा."

"होणारच. आजच सांगते यांना..."

वाड्यातल्या सगळ्या खोल्यांत दिवे बघून सरदेसाईंना आश्चर्य वाटलं.

"दिवाळी आहे की काय? दिवाळीतही एवढे दिवे लावत नाही आपण... विभावरी ऽ ऽ!"

"आलात? हात-पाय धुवून घ्या. हं... ही साखर..."

"साखर?"

"हो. गोड बातमी आहे. विमला... आई होणार आहे."

"काय सांगतेस? शुभम् शुभम्..."

"शुभम् नाही. शागीर्द! तो येऊ लागला आणि सर्व बदलू लागलं..."

विभावरी सरदेसाई भरभरून बोलत होत्या. आपलं मन मोकळं करत होत्या. आशेनं भरलेलं मन विनायक सरदेसाईंना विचारत होतं –

"घेऊया ना त्याला दत्तक?"

विनायक सरदेसाई तो आशेने फुललेला चेहरा अनिमिष नजरेने टिपत राहिले. त्याक्षणी विभावरी त्यांना सोळा सतरा वर्षांची अल्लड मुलगी वाटत होती. अधीर, नाचरी फुललेली... 'विभा.'

"किती वर्षांनी छान वाटतंय हो आज!"

"विभावरी, मी बोलतो शागीर्दशी. त्याने होकार द्यायला हवा ना?"

"देईल ना! सहज हो म्हणेल आणि नाही म्हणाला तर कान धरून घेऊन येईन त्याला."

"बरं... बरं..."

"उद्याच बोला हं."

"हो."

"नाव काय ठेवायचं त्याचं?"

"त्यालाच विचारू."

"चालेल. मला 'मदहो' हे नाव फार आवडतं. तुम्हाला?"

"मदहो. ग्रेस ऑफ गॉड कृष्णा!"

"खरंच, त्या बाळकृष्णासारखाच हा... मदहो विनायक सरदेसाई!"

"विभावरी, पुन्हा म्हण..."

"मदहो विनायक सरदेसाई..."

"...."

"अहो..."

"मदहो, मदहो..."

“शुभम् माँ.”

“शुभम् शुभम्! सखी, कार्यालयात सगळे जमले आहेत ना?”

“जी. तेच सांगायला आले होते.”

“आम्ही येतोच आहोत असं कळव आणि शागीर्द आला आहे?”

“नाही अजून. आपल्या साधना मंदिरापाशी आहेत. कावेरी ताई आणि शागीर्द शिष्यांना शाली वाटत आहेत.”

“बरं. तू जा...”

“सखी ऽ ऽ”

“जी.”

“शांडिल्यला पाठवून दे.”

“जी.”

“शुभम् शुभम्...”

“शुभम् माँ.”

“शुभम् शुभम्! शांडिल्य, अजून चार दिवसांनी बेळगावला जाण्यासाठी निघायचं आहे.”

“जी.”

“विवाहाची सर्व व्यवस्था...”

“झाली आहे माँ.”

“ठीक. आपल्याबरोबर कुणाकुणाला घेऊन जायचं आहे, कोण व्यक्ति कोणता विभाग सांभाळणार आहे हे आम्हाला नजरेखालून घालायचं आहे.”

“जी.”

“शांडिल्य, आश्रमातल्या शिष्यांचं अध्ययन व्यवस्थित चालू आहे ना?”

“जी माँ.”

“टीव्हीच्या रेकॉर्डिंगमुळे आश्रमासाठी म्हणावा तितका वेळ देता येत नाही आहे.”

“माँ. चिंता नसावी. टी.व्ही.वरच्या आपल्या प्रवचनांमुळे आज घराघरातून आपला संदेश पोहोचतो आहे. अनेक शिष्य, भक्त आपल्यापाशी त्यांचे प्रश्न घेऊन येतात. त्या प्रश्नांचं निरसन होत आहे. आपले अनुयायी प्रचंड प्रमाणात वाढत आहेत. आपली कृपा आहे सर्वांवर! आपण इथे नसता, तरीही आपलं वास्तव्य जाणवत राहतं. चिंता नसावी. समीक्षाही असतेच इथे. ती अध्ययन नियमित घेते. काही वर्षांतच आयुर्वेद जाणणारे शिष्य तयार होतील.”

“शुभम् शुभम्... आणि... आणि शागीर्द? त्याचं... म्हणजे... अध्ययन, ध्यान

सर्व ठीक चालू आहे ना?''

''जी माँ. आपल्या कृपेमुळे तो आता व्यवस्थित आहे. आधीचा बुजरा, घाबरलेला शागीर्द तिळमात्रही उरलेला नाही. त्याचं कार्य वाखाणण्याजोगं आहे आणि ध्यानातही तो उत्तम प्रगती करतो आहे.''

''कावेरी?''

''लहान आहे अजून. वयाने नव्हे, पण समजुतीने. परंतु तिच्यातही अंशात्मक बदल होतो आहे. माँ, आपल्याला किती चिंता आहे सर्वांची! आम्ही भाग्यवान की आम्हां सर्वांना आपली कृपा दृष्टी मिळत आहे आणि आपल्याच करुणेने अनेक अनाथांना माया, ममत्व, प्रेम मिळत आहे.''

''शांडिल्य, आमची स्तुती आम्हाला अप्रिय आहे, हे तू जाणतोस. आमच्या नंतरही हा आत्मसिद्ध आश्रम वृद्धिंगत होत राहो, ही स्वामी दयांपाशी आमची मागणी, आमचं आर्जव!''

''माँ, असं बोलू नये.''

''शांडिल्य, मानवी देह महत्त्वाचा नाही. तो देह म्हणजे काही क्षणांचं अस्तित्व! त्या अस्तित्वालाच सत्य मानू नये. सत्य एकच – ईश्वर – आत्मा!''

''जी.''

''ये तू. आम्हीही येतोच काही अवधीत कार्यालयात...''

''शुभम् माँ.''

''शुभम् शुभम्.''

'सर्व काही ठीक चालू आहे. मन अकारण घाबरतंय. पण तरीही शागीर्दला आता आपल्याकडे घ्यावं. आपल्या कृपाछायेत आणावं. शांडिल्य आश्रम सांभाळेल. शागीर्द आपल्याबरोबर राहील. सर्वत्र! जिथे जाऊ तिथे...! आणि जयरामलाही समज द्यायला हवी. वयात आलेली मुलगी अशी कुणा मुलाबरोबर काळ व्यतीत करते, हे योग्य नाही. हा विवाहसोहळा उरकला की मग...!'

''तू का जातो आहेस?''

''माँची आज्ञा आहे.''

''तिला आज्ञा द्यायला, तिचं काय जातं?''

''कावेरी...''

''तू नाही जायचंस.''

''असं नाही करता येणार.''

''मग मीही येणार.''

“तुला आज्ञा नाही.”

“मी आज्ञा वगैरे जाणत नाही.”

“कसं समजवू तुला?”

“नाहीच समजायचं मला काही. मी रोज बघते तिला. प्रवचन चालू असतं, पण लक्ष सतत तुझ्याकडे असतं तिचं. सगळे शिष्य नंतर कुजबुजत असतात. माँचा लाडका, माँचा लाडका!”

“सगळेच लाडके आहेत माँचे.”

“काय रे? जेव्हा प्रथम आला होतास इथे तेव्हा तिला नाही नाही ते प्रश्न विचारायचास म्हणे...!”

“प्रश्न पडायचे मला तेव्हा. आता नाही पडत.”

“ते कसं काय?”

“आईमुळे. आई साधी-सरळ, स्पष्ट आणि व्यवहारी, तरीही प्रेमळ आहे. मला तिचं म्हणणं पटतं. तुला सांगू कावेरी... मला नेहमी वाटायचं की मीच असा एकटा का? माँने मला माझे काही जन्म दाखवले – गतजन्म – मी ते सर्व आईशी बोललो. आईने अगदी साधं सोपं करून सर्व सांगितलं आणि मी शांत झालो.”

“तू तुझे पूर्वजन्म बघितलेस? सांग ना, मी कोण होते तेव्हा? तुझी कोण होते?”

“नाही बघितलं तसं काही.”

“मग आता बघ.”

“नको. मला नाही बघायचे गतजन्म.”

“या जन्मात कोण आहे मी तुझी?”

“सांगू?”

“हं.”

“माझं गाणं आहेस तू. माझं ध्यान आहेस तू...”

“खरंच? तू माझी कविता आहेस.”

“कावेरी...”

“आपण लग्न करू. इथून दूर दूर निघून जाऊ. छोटंसं घर बनवू आपलं.”

“लग्न! बघ, किती तयारी करायची आहे... जायचं आहे उद्या.”

“मीही येणार.”

“ये.”

“खरंच.”

“हो.”

“कसं जमणार?”

"अण्णांना सांगतो."
"आत्ताच. सांग."

आत्मसिद्ध आश्रमातून बेळगावच्या दिशेने काहीजणांनी प्रयाण केलं. माँ प्रत्युज्ञा, सखी, शांडिल्य हे नंतर जाणार होते. आत्मसिद्ध आश्रमाची व्यवस्था बघायला सरदेसाई रहिमतपूरमध्येच राहणार होते.

"शुभम् माँ."

"शुभम् शुभम्... सरदेसाई, आम्ही उद्या संध्याकाळी प्रयाण करणार आहोत."

"जी."

"काहीजण आश्रमातच असणार आहेत. त्यात नुकतेच आलेले शिष्यही आहेत आणि... आणि जयराम आणि त्यांचं कुटुंबही. सरदेसाई, आश्रितांनी जास्त जबाबदारीने वागायला हवं. ध्यान-साधनेसाठी ते इथे येत नाहीत. उदरनिर्वाह व्हावा म्हणून येतात. अशांची विचारसरणी सर्वसामान्य असते. त्यांना आश्रमातल्या सुखसोयी विनासायास मिळतात म्हणून त्यांची कदर नसते त्यांना. आमच्या चरणी भक्तांनी वाहिलेली फुलं, दान म्हणून दिलेला पैसा दिसतो त्यांना. परंतु हे मायाजाल आहे, हे त्यांना जाणवत नाही. माँ प्रत्युज्ञा म्हणजे श्रीमंत – ऐशोरामी असा त्यांचा समज होऊ शकतो. परंतु आम्हाला त्या पैशांची, हिऱ्या-दागिन्यांची हाव नाही. त्यांना स्पर्श करणं म्हणजे... नकोच तो स्पर्श! आम्ही या सर्वांपलीकडे गेलो आहोत. मुळातच आम्ही या मायेच्या मोहात कधी नव्हतोच. म्हणूनच तर स्वामी दयांची कृपादृष्टी आम्हाला लाभली. परंतु सर्वसामान्यांना हे उमगणार नाही. प्राप्त धन हे आश्रमाच्या विकासासाठी, शिष्यांच्या विकासासाठी खर्ची व्हावं, ही आमची मनोधारणा समजण्याइतपत त्यांची आकलनशक्ती नाही. आम्हाला जरी या गोष्टींची तमा नसली तरी अपकीर्ती व्हावयास वेळ लागणार नाही. ही माणसं आश्रमातून निघून समाजात मिसळतात आणि अफवा पसरवतात. धर्म, अध्यात्म, संत हा व्यवसाय आहे असं चित्र निर्माण करतात. आम्ही कष्टी होतो. कारण प्रयत्न करूनही अशांना या चिखलातून वर उठून यावं असं वाटत नाही. स्वामी दयांच्या अखंड सान्निध्यात राहत असूनही ही माणसं कोरडीच राहतात. सरदेसाई, काळजी घ्यायला हवी. विचारांना कीड लागेल, लागलेलीच आहे. ही कीड नष्ट व्हायला हवी."

"माँ, काही घडलंय का? व्यथित का आहात? एवढं मोठं कार्य हाती घेतलं आहेत. आत्मसिद्ध आश्रम शुद्ध आहे. चिंता नसावी."

"अशुद्ध करणारी एखादी कीड डोळ्यांना दिसणारही नाही, पण जर शिरली तर सर्व नासून जाईल."

"का असं म्हणता? काही क्लेष आहेत? स्पष्ट सांगावं. काही समजलंय?

कुणी काही वागलंय?''

''नाही. क्वचित भय वाटतं. जे कार्य हाती घेतलं आहे, ते पूर्णत्वाला जाईल की नाही? अशी भीती वाटते. खात्री वाटत नाही. अर्थात ते ठरवणारे तरी आम्ही कोण? कार्य करत राहायचं. बस्! पूर्णत्वाला नेणारे – न नेणारे स्वामी दया!''

''जी.''

''या तुम्ही आणि उद्याची आमची जाण्याची-प्रवासाची व्यवस्था...''

''पूर्ण तयारी आहे माँ. येतो. शुभम्.''

''शुभम् शुभम्.''

विनायक सरदेसाईंना आश्चर्य वाटत होतं. 'असं काय चाललं आहे माँच्या मनात? त्यांना असं अस्थिर कधीच बघितलं नव्हतं. आज त्या दीनवाण्या का दिसत होत्या? शागीर्दला आपण दत्तक घेऊ इच्छितो, हे तर त्यांना समजलं नसेल? शक्यता आहे. अंतर्ज्ञानाने त्यांना समजलं असेल. पण मग त्यांनी सरळ विचारलं असतं. नाही, प्रश्न वेगळाच आहे. पण तो काय? माँना भीती वाटावी असं काय असू शकतं? कुणाला घाबरत आहेत? बदनामी कोण करणार? आणि कशासाठी? आणि तशीही अवहेलना, बदनामी संतांच्या वाट्याला येतेच आणि तरीही ते हसत-खेळत आपल्या मार्गावरून प्रवास करतात ईश्वरापर्यंत पोहोचतात आणि मग त्यांच्या प्रयाणानंतर जनता जागी होते. त्यांना देव मानू लागते. पुतळे उभारते – पुतळेच ते! मूर्ती असं म्हणायचं आपलं. पण सर्वसामान्य माणसांसाठी ते पुतळेच. दोहोंचा अर्थ एकच. पण तरीही आपण देवाची मूर्ती म्हणतो आणि माणसाचा पुतळा म्हणतो. एवढा फरक हवाच. छे! विचार कुठे कुठे धावतात...! माँचं काहीतरी बिनसलंय. चेहऱ्यावरचं तेजही कमी झाल्यासारखं वाटलं आज! शोध घ्यायला हवा...'

''सरदेसाई, शुभम्...''

''शुभम् शांडिल्य.''

''काय झालं? तब्येत बरी आहे ना?''

''हो. उत्तम.''

''चेहरा असा का? थकला आहात?''

''थोडासा.''

''फार धावपळ होत आहे ना?''

''शरीर थकलं नाही आहे शांडिल्य, पण मन चिंतित आहे. काही वेगळे वारे वाहू लागले आहेत की काय, अशी शंका मनात आहे.''

''समजलो नाही.''

"ध्यान करताना बघायला हवं."
"पण काय?"
"नुसतं वारं आहे की वादळ येणार आहे?"
"समजत नाही आहे मला."
"मलाही. पण हे केस असेच पांढरे नाही झालेले."
"सरदेसाई..."
"जा बाळ. तयारी करा उद्याची... मी निघतो आता."
"शुभम्..."

शांडिल्य विचारमग्न झाला. आत्मसिद्ध आश्रमात इतकं आनंदाचं वातावरण असताना सरदेसाई हे असं का बोलत होते? हे त्याला समजेना.
"शांडिल्य ऽ ऽ"
"शुभम्."
"शुभम् माँनी जयरामकाकांना आज्ञा दिली आहे."
"असं? सांगतो मी."

"आज काही वेगळंच घडत आहे. माँनी जयरामकाकांना बोलावलं आहे? माझ्या आठवणीत तर अशी भेट माँनी कधीच घेतली नाही त्यांची. सहसा असं होत नाही. आश्रमात आलेल्या प्रत्येक भक्ताची, शिष्याची, माँ जातीने चौकशी करतात. माणूस योग्य, खरा असेल तरच त्याला आत्मसिद्ध आश्रमात राहण्याची आज्ञा होते. अन्यथा एक-दोन दिवस वास्तव्य करून त्याने निघून जावं अशी आज्ञा होते. परंतु जयरामकाका, विजयाकाकू, कावेरी-मधुश्री – माँ कुणाला भेटल्याचं स्मरणात नाही तरीही ते इथेच आहेत आणि आज ही आज्ञा? ...सरदेसाई याचबाबत तर बोलत नव्हते ना? असेल. तसंच असेल. बघायला हवं..."

"शुभम्."
"शुभम् शुभम्."
"आज्ञा दिलीत?"
"सखी, तू जा. जाताना दार लावून घे."
"जी..."
"जयराम..."
"आज आठवण आली? इतके महिने कधी बघितलंही नाहीस आमच्याकडे."
"तशी आवश्यकता नव्हती."

"हां, तुझे पहारेकरी तुला सर्व बातम्या देत असणारच."

"जयराम. काही वेगळं बोलायचं आहे. म्हणून तुला आज्ञा झाली आहे."

"हे आज्ञा वगैरे सोड. सरळ काय ते बोल कमल."

"माँ प्रत्युज्ञाचा अवमान होतो आहे."

"बोला माँ साहेब..."

"आम्ही उद्या बेळगावला जाणार आहोत, हे ठाऊक असेलच."

"हो."

"आश्रमात आमच्या पश्चात स्वामी सरदेसाईंची आज्ञा मानायची आहे."

"बरं."

"काहीही विपरीत घडता कामा नये."

"म्हणजे?"

"आम्ही केवळ इशारा देत आहोत, आणि अजूनही काही सांगायचं आहे. कावेरीबद्दल."

"कावेरी? तिचं काय?"

"आश्रमातल्या तरुण मुलांबरोबरचं तिचं वागणं आक्षेपार्ह आहे."

"मी समजलो नाही."

"म्हणजेच तुझं आपल्या मुलीकडे लक्ष नाही. ती दिवसभरात कुठे असते? कुणाशी बोलते? कुठे जाते?"

"कुठे जाते? या आश्रमातून बाहेर जाण्यासारखं या रहिमतपूरमध्ये आहेच काय? जाते केवळ बाजारात, शागीर्दबरोबर."

"बाजारात जाते?"

"हो. रोज जाते. त्याला मदत होते आणि तिलाही जरा बरं वाटतं."

"आम्हाला कसं माहीत नाही हे?"

"त्यात सांगण्यासारखं काय आहे? आश्रमाचंच काम करायला जातात दोघं. फिरायला नव्हे."

"म्हणजे कामाच्या निमित्ताने एका तरुण मुलाबरोबर कावेरीचं असं हिंडणं तुला मान्य आहे?"

"कमल, काय हरकत आहे त्यात? तू नव्हतीस जात फिरायला? मला माहितीये सगळं. तू मारे लपून जायचीस, खोटं काहीतरी सांगून. पण अशा गोष्टी लपत नाहीत. उलट तुला तर आनंद व्हायला हवा. तुझी भाची तुझ्या आश्रमात समरसून काम करते याचा."

"आश्रम? ते निमित्त ठरतंय तर! खरं कारण तर शागीर्द आहे..."

"तुला का त्रास होतोय?"

“तू पातळी सोडतो आहेस.”

“अरेच्या! हे काय आता? मी राबतोय, माझी बायको, माझ्या दोन्ही मुली राबत आहेत. काही तक्रार नाही आमची. विजया तर दिवसभर स्वयंपाकघरात असते. पण कधी काही बोलत नाही. मग प्रश्न काय आहे?”

“आश्रमातल्या इतर समवयीन मुलांवर याचे वाईट परिणाम होतील. आश्रमातलं वास्तव्य धोक्याचं होईल. एकाचं बघून दुसरा, तिसरा. नाही. हे मंजूर नाही. हा आश्रम आहे. बाग नव्हे. काही दिवसांपूर्वी दोघं बागेत होते असंही कानावर आलं.”

“रोजच असतात. कावेरी सुरेख कविता करते. त्या कविता ती शागीर्दला वाचून दाखवते. शागीर्द त्या कवितांना चाली लावतो. सुरेख गातो.”

“शागीर्द गातो?”

“तुझा खास शिष्य आहे तो आणि तुलाच माहीत नाही?”

“आम्ही अध्ययन शिकवतो, ध्यान शिकवतो...”

“गाताना तो इतका मग्न होतो – तेही ध्यानच.”

“जयराम, आश्रमाच्या नियमांचं उल्लंघन होत आहे. कावेरीला समजाव. हे असं इथे चालणार नाही.”

“पण.”

“आणि जर नियमांचं पालन करायचं नसेल, तर तुम्ही आश्रम सोडून जाऊ शकता.”

“कमल, कसले नियम आणि कसलं उल्लंघन? पोरं मजेत आहेत. सर्व काही नियमानुसार करतात. तू एक काम कर. तूच शागीर्दला सांग, त्याला समजव. पण समजवणार काय? कारण तो आणि कावेरी काहीही चुकीचं करतच नाही आहेत. तू आम्हाला आश्रमाबाहेर काढू शकतेस. नक्कीच! पण मग शागीर्दलाही हाकलव ना! तो कोण लागतो तुझा? मी निदान भाऊ तरी आहे. माझंही सोड, कावेरीचा काय दोष? ती तुला आत्या म्हणते, सर्वांसमोर नाही, मनातल्या मनात. इतकी सुंदर भाची आहे तुझी, तुला ती दिसत नाही?”

“आम्हा संन्यासिनींना नातीगोती नसतात.”

“तर मग नियम दोघांनाही सारखा. कावेरीला आणि शागीर्दला, दोघांनाही.”

“ते तू आम्हाला शिकवू नकोस. आम्हाला अक्कल शिकवण्याइतपत तुझी लायकी...”

“ही खरी कमल. अगदी पूर्वीसारखं बोलणारी. तोच तोरा, तोच अहंकार! मला वाटलं होतं तू खरंच बदललीस, पण नाही. तू तीच आहेस – तशीच – आहेस – कमल!”

“तू जा. आत्ताच्या आत्ता चालता हो.”

“जातो ना!”

“या क्षणी!”

“हो. आश्रमही सोडून जातो हवं तर. पण माझ्या जाण्याने कमलची माँ प्रत्युज्ञा होणार नाही आहे आणि माँ प्रत्युज्ञांची कमल होताना मी बघतो आहे.”

“जा ऽ ऽ!”

“शुभम् माँ.”

बारा

आत्मसिद्ध आश्रम रिकामा दिसत होता. नेहमीची वर्दळ नव्हती. नियमानुसार सर्व चालू होतं. माँ प्रत्युज्ञा नव्हत्या, पण माँ प्रत्युज्ञांच्या प्रवचनाच्या सीडीज होत्या. सीडीवरचं प्रवचन ऐकून झाल्यानंतर नित्यनेमाप्रमाणे ध्यानही होत होतं. न चुकता प्रत्येक भक्त, शिष्य रोज स्वामी दयांच्या मूर्तीसमोर क्षण-दोन क्षण उभं राहून नमनही करत होते आणि त्यानंतर माँ प्रत्युज्ञांच्या सिंहासनासमोर नतमस्तक होत होते. आत्मसिद्ध आश्रमाचा व्यवहार नियमानुसार होत होता.

वरपांगी सर्व शांततेने करणारा जयराम आतून मात्र धुमसत होता. आपल्या लाचारीची त्याला लाज वाटत होती. 'पैसा हवा. भरपूर हवा. पण कसा मिळणार? मिळेल. काही ना काही शक्कल लढवावी लागेल आणि तो पैसा इथेच मिळेल. विचार कर जयराम, विचार करा. पैसा मिळाला की मग कमलला दाखवतोच. नाही तिचा तोरा उतरवला तर नावाचा जयराम नाही. लोकांच्या पैशांवर मोठी झालीये. काय तर, सामूहिक विवाह... आणि मोठ्ठाला मांडव. आहेर, पंगती. अरे! पुन्हा नाव हिचं मोठं होत आहे आणि पैसा जनतेचा. ज्यांनी दिला त्यांचं नाव कुणाला माहीत नाही. जिने दमडीही खर्च केली नाही, तिचा जयजयकार! काय साली दुनिया आहे! आंधळेपणाने जगते. एकाने सांगितलं, माँ प्रत्युज्ञा – देवीचा अवतार... लगेच दुसरा नंदी बैलासारखा हो म्हणाला आणि मग सगळेच नंदीबैल झाले. मी पण होतो नंदीबैलच. पण आता नाही. साली, माझ्या पोरीबद्दल बोलते... हिला काय करायचंय? शागीर्दशी बोलेल किंवा इथल्या कचरेवाल्याशी बोलेल... नाही, हे चालणारच नाही. कावेरी बरोबर बोलते. आपण चूकच केली तिला त्या दिवशी ओरडून. पण पोरगी पक्की आहे विचाराने. लग्न करणारच ती शागीर्दशी आज ना उद्या. मग सरळ परवानगी द्यावी ना! आणि आता तर नाही म्हणणारच नाही. कमलच्या नाकावर टिच्चून लग्न लावायचं तिचं आणि शागीर्दचं! बस् ठरलं...'

"विजया ऽ ऽ, विजू ऽ ऽ"

"शुभम्."

"सोड गं शुभम् वगैरे."

"काय झालं?"

"मी ठरवलंय. शागीर्द आणि कावेरीचं लग्न पक्कं!"

"खरंच?"

"होय. आणि आपणही इथे जास्त दिवस नाही राहणार आता."

"कुठे जाणार मग?"

"विचार चालू आहे. पण आता कमलची मिंधेगिरी पुरे."

"पैसा?"

"मिळेल. नक्की मिळेल."

"तो कसा?"

"तांबट – तांबटमार्फत..."

"म्हणजे?"

"ते तू माझ्यावर सोड. एकदा पैसा हातात आला की इथून सटकायचं आणि खरंच सांगतो, इमानदारीने वागेन. जे करेन नंतर ते सच्चं असेल."

"तुम्ही? आणि..."

"पूर्वीचं जाऊ दे. सालं डोकंच तिरपांगडं होतं. बापाचं बघून बघून झालो होतो तसा. पण आता नाही. तांबटबरोबर करेन ती शेवटची बेईमानी असेल. पण ती बेईमानी कमलशी असेल. आणि ती तरी दुसरं काय करतीये?"

"काय बोलताय, काहीही समजत नाहीये."

"लग्न सोहळा आटपून चार दिवसांनी येतील सगळे. तोपर्यंत मला काही महत्त्वाच्या गोष्टी करायच्या आहेत. आत्ता जे काही बोललो तुझ्याशी ते गुप्त ठेव. नाही तर, काग होण्याआधीच हकालपट्टी होईल. समजलं?"

"काय कराल ते... पण या आश्रमातून बाहेर जायचं, हे नक्की?"

"हो. शंभर टक्के! सालीची मिजासही उतरवेन जाता जाता."

संध्याकाळचं ध्यान पूर्ण करून सरदेसाई घरी जायला निघाले. तांबट सरदेसाईंबरोबर चालू लागला. खरं तर तांबटला बेळगावला जायचं होतं. मांडवात मिरवायचं होतं. आपणही या मंगलकार्यात जबाबदारीने कामं करत आहोत, सहभागी आहोत हे दाखवून द्यायचं होतं. पण नाही जमलं. म्हणून तांबट जरा नाराज होता.

"गप्पच चालताय?"

"हं."

"काही सांगायचंय सरदेसाई?"

"नाही."

"सरदेसाई, काल जयराम भेटले होते. काही काम आहे असं सांगत होते."

"जयराम तुम्हाला भेटला? कुठे?"

"बाजारात गेला होता ना तो काल. परतून येताना भेट झाली."

"कामाचं स्वरूप?"

"ते नाही सांगितलं, पण महत्त्वाचं आहे असं म्हणाले."

"भेटा. विचारून घ्या आणि नंतर मला सांगा."

"सांगेन."

"जास्त लक्षही देऊ नका."

"असं? म्हणजे, असं का?"

"आधी तो काय म्हणतोय, ते ऐकून घ्या."

"बरं."

"तांबट, भाषा सुधारली तुमची."

"हो. आश्रमात अध्ययनही करतो आहे आणि प्रवचनं तर ऐकतोच आहोत आपण रोज."

"फक्त भाषा सुधारली की सर्वच?"

"काय चेष्टा करता? तांबट बदलला पूर्णपणे. अगदी नखशिखान्त!"

"वा! वा! माँ प्रत्युज्ञांची कृपा! शुभम्!"

"खरंच. हा बदल माँमुळेच. पण सरदेसाई स्पष्ट सांगतो, राजकारण्यांना इतकं शुद्ध असून चालत नाही."

"खरं आहे."

"म्हणूनच जायचं होतं बेळगावला मलाही. मंत्री येणार होते तिथे. त्यांच्यासमोर जरा..."

"समजलो."

"पण माँची आज्ञा! नाही जाता आलं तिथे."

"हरकत नाही तांबट! जे होतं ते चांगल्यासाठीच."

"ते कसं काय?"

"तुम्ही इथे आहात, हा केवढा मोठा आधार आहे. शांडिल्य नाही, सरपोतदार नाहीत. शागीर्दही नाही. मी एकटा कसा काय सांभाळणार होतो?"

"खरंय."

"शिवाय, आता, जयरामही... त्याला महत्त्वाचं बोलायचं आहे... म्हणजे... माँ म्हणत होत्या."

"कीड. ती कीड म्हणजे जयरा..."

"काय?"

"कुठे काय? काही नाही हो. हे वय असं मेंदूला भरकटवतं... चला, घर

आलं.''

''येतो मी. शुभम्...''

''शुभम् तांबट!''

सामूहिक विवाह सोहळ्याचे फोटो प्रत्येक वर्तमानपत्रात छापून आले. जोडप्यांची, नवदांपत्यांची एकच एक मोठी ओळ आणि माँ प्रत्युज्ञा आशीर्वाद देत आहेत – असा फोटो. उपस्थित मंत्री आणि भक्तगणांनी फुलून गेलेला भव्य मंडप. टी.व्ही.वरच्या प्रत्येक चॅनेलने संपूर्ण विवाहसोहळा शूट केला होता. त्या सोहळ्याच्या क्लिपिंग्ज अव्याहत चालू होत्या प्रत्येक चॅनेलवर. भटजी, मंत्रपठण, अखंड अंतर्पाट, होमहवन, सप्तपदी... सर्व सर्व! कुठेही कसली गडबड नाही. गोंधळ नाही. सनई-चौघडा, स्पीकर्सवरून मंगलाष्टकं सर्वत्र ऐकू येत होती. भव्य-भव्य सोहळा. आणि शांत, प्रसन्न माँ प्रत्युज्ञा. केशरी किनार असलेली पांढरी सिल्कची साडी आणि नेहमीसारखं लाल मोठं कुंकू. डोक्यावरून पदर आणि हातात, गळ्यात स्फटिकांच्या माळा. बस! तरीही माँ प्रत्युज्ञा इतक्या जनसमूहात उठून दिसत होत्या, हे प्रत्येक चॅनेलने आवर्जून सांगितलं. अव्याहत चालणारा माँ प्रत्युज्ञांचा उदो उदो आणि सर्वात शेवटी माँ प्रत्युज्ञांच्या पायांवर मस्तक ठेवणारे मंत्री असा फोटो – असं क्लिपिंग...

पुढे कितींदा हे क्लिपिंग दाखवलं जाईल? पण तो दिवस माँ प्रत्युज्ञांचा होता.

माँ प्रत्युज्ञा आत्मसिद्ध आश्रमात परतल्यानंतर मात्र त्यांनी एक दिवस मौन ठेवलं. 'आम्हाला कुणीही भेटायलाही येऊ नये' असा निरोप त्यांनी मुख्य कार्यालयात दिला आणि त्या आपल्या दालनात आल्या. दालनाचं दार त्यांनी मागच्यामागे बंद केलं. दालनभर नजर फिरवली. दालन स्वच्छ, सुंदर होतं. नवीन पडदे, नवीन मखमली चादर, ताजी फुलं, एक मंद सुगंध आणि माँचा नवीन फोटो – अगदी मोठा केलेला. सुरेख फ्रेममध्ये सजलेला.

तो फोटो बघून माँ प्रत्युज्ञांना राग आला. 'हे काम कुणाचं? आपला फोटो इथे का आहे? संपूर्ण आश्रमात आपला फोटो कुठेही लावायचा नाही, ही ताकीद – ताकीद नाही आज्ञा दिलेली असूनही. हे... हे कुणी केलं?' संताप होत होता. पण आज्ञा कुणी मोडली याची चौकशी करावी एवढी आत्ता ताकद नव्हती.

मरगळलेल्या पावलांनी माँ प्रत्युज्ञा मखमली, मुलायम गादीवर कोसळल्या. तशाच अवस्थेत त्यांनी स्फटिकांच्या माळा काढून टाकल्या. डोक्यावरचा पदर भिरकावून दिला. त्यांना आत्ता पांढऱ्या शुभ्र, साधी केशरी किनार असलेल्या साडीचं ओझं झालं होतं. दालनात एअर कंडिशनर चालू असूनही लांब बाह्यांचा ब्लाउज त्यांना घाम आणत होता. त्या आकसून गेल्या होत्या. मखमल बोचत होती,

खरखरीत भासत होती. हंबरडा फोडावासा वाटत होता, पण 'माँ' या बिरुदामुळे त्यांना तसं करता येत नव्हतं. आसुसून बोलायचं होतं. पण ऐकणारं कुणीही नव्हतं. 'का? का? असं का घडतंय?' पण उत्तर नव्हतं.

एक दिवस, दोन दिवस, तिसरा दिवस – माँ प्रत्युज्ञांचं मौन चालू होतं. दालनाबाहेर त्यांनी पाऊलही टाकलं नव्हतं. आत्मसिद्ध आश्रम सांगत होता – 'माँ दमल्या आहेत. एवढं मोठं कार्य पार पाडायचं, ही सोपी गोष्ट नाही. त्यांना विश्राम करू दे.'

आणि माँ प्रत्युज्ञांच्या आक्रोशाने बधिरता घेतली होती. 'हे मौन म्हणजे साधनेचाच एक भाग' – वर्तमानपत्रात अशी बातमी ठळकपणे छापली गेली, पण माँ प्रत्युज्ञांना त्याचा पत्ताच नव्हता. त्या होत्या फक्त स्वतःमध्ये! बधिर मन काहीही सुचू देत नव्हतं. ना प्रवचन, ना ध्यान, ना अध्ययन, ना शाळा, ना हॉस्पिटल, ना ते सिंहासन...

तीन दिवसात माँ प्रत्युज्ञांचं कुणाला दर्शनही झालं नाही.

आणि चौथ्या दिवशी पहाटे माँ प्रत्युज्ञांच्या दालनाच्या दरवाजावर थाप पडली. अर्धवट जाग, अर्धवट झोप – अशी काहीशी त्यांची अवस्था असताना – खरंच कुणी दार वाजवतंय की भ्रम होतो आहे? माँ प्रत्युज्ञांना समजेना. पण पुन्हा थाप पडली, तेव्हा मात्र अस्ताव्यस्त माँ प्रत्युज्ञा संपूर्ण जाग्या झाल्या. केस विस्कटलेले, कुंकू फरफटलेलं... तशाच अवस्थेत माँ प्रत्युज्ञांनी दालनाचं दार उघडलं – सखीला जरा रागे भरायचंच, अगदी मौन तोडून – अशाच विचाराने. पण दारात, दारात साक्षात् स्वामी दया उभे होते. क्षणभर माँ प्रत्युज्ञांना बोध होईना. खरंच स्वामी दया आहेत? दाढी वाढलेली, शरीर खंगलेलं, केस खांद्यांपर्यंत वाढलेले, पांढरे झालेले. गळ्यात मोठे टपोरे रुद्राक्ष, कपाळावर तिलक... पण नजर तीच, प्रेमळ, वात्सल्य झिरपवणारी...

"प्रत्युज्ञा ऽ ऽ! मी आलो आहे."

"स्वामी ऽ ऽ" असं म्हणून माँ प्रत्युज्ञा स्वामी दयांच्या पायांवर कोसळल्या.

"ऊठ, ऊठ प्रत्युज्ञा!"

सखीच्या आधाराने माँ प्रत्युज्ञा उठल्या. स्वामी दया दालनात आले आणि त्यांनी जमिनीवरच पद्मासन घातलं.

"स्वामी, आपण... सखी, व्याघ्रासन आण."

"नको. मी इथेच असाच बरा आहे. तू बोलावलंस म्हणून आलो. चकित होऊ नकोस. तू या मौनात, तुझ्याही नकळत मला हाक मारत होतीस."

"अं?"

"होय. तुझी हाक पोहोचली माझ्यापर्यंत!"

"पण स्वामी, मी तर..."

"विसरलीस? अचेतन मन सतत काही सांगत असतं. पण चेतन मन ते ऐकत नाही. अचेतन मनाचं ऐकण्याचं ठरवलं तर मात्र सर्वकाही ऐकू येतं. तुझं अचेतन मन मला हाक मारत होतं."

"असेल. पण, आपण इतकी वर्ष... किती शोध घेतला, पण..."

"सापडायचं नाही असंच ठरवलं होतं. तेव्हा आवश्यकताही नव्हती. पण आता आवश्यकता आहे हे जाणलं."

"सखी, केशर दूध आण."

"नको. साधं दूध चालेल. जा प्रत्युज्ञा, आन्हिक उरकून घे. तोपर्यंत मी आत्मसिद्ध आश्रम बघून येतो."

"जी. आज्ञा!"

माँ प्रत्युज्ञा संभ्रमित झाल्या. 'आपण तर स्वामींची आठवण काढली नाही. आठवण करायला वेळच नव्हता. बधीर मन काहीच आठवू शकत नाही. तरीही स्वामी दया कसे काय आले? त्यांना हा आडगावचा आश्रम कसा काय समजला? स्वामी दयांच्या येण्याने आपल्याला आनंद झाला आहे की नाही? पण आता, आता त्यांची आज्ञा मानायला हवी. किती दिवस वास्तव्य असेल त्यांचं? काय करू? कसं करू? त्यांचं येणं, हा सुखद धक्का नक्कीच नाही. हा केवळ धक्का आहे. ते जातील की राहतील? आत्मसिद्ध आश्रमाचे प्रमुख बनतील? मग आपलं काय? नाही. काहीच समजत नाही आहे. हे अशक्य ते शक्य कसं काय झालं?...'

"माँ, स्वामी दया महाराज साधना मंदिरात आपली वाट बघत आहेत."

"सखी, अजून कोण आहे तिथे?"

"सगळेच आहेत माँ."

"चल."

स्वामी दया आत्ताही जमिनीवर पद्मासन घालून बसले होते. काही अंतर राखून शांडिल्य, सरपोतदार, सरदेसाई, समीक्षा, मानव, जयराम, विजया, कावेरी, मधुश्री, सेवक, भक्तगण, शिष्य बसले होते. स्वामी दया हसतहसत त्यांच्याशी गप्पा मारत होते. आणि कधी नाही ते साधना मंदिरात हास्याची लकेर घुमत होती. स्वामी दया हसत आहेत, काही अनुभव सांगत आहेत हे बघून सगळेच मोकळे होत होते. नेहमी

जाणवणारं जरासं स्तब्ध, जड वातावरण निवळत होतं. माँ प्रत्युज्ञा साधना मंदिरात आल्या, तसे सगळे उठून उभे राहिले. शुभम्‌चा नाद साधना मंदिरात भरून गेला. वातावरणात जडत्व आलं.

माँ प्रत्युज्ञांनी स्वामी दयांना वाकून प्रणाम केला, पदस्पर्श केला. तीन-चार दिवसांनंतर माँ प्रत्युज्ञांचं दर्शन सर्वांना घडत होतं.

"बसा सगळे. अगदी निवांत बसा."

"जी."

"प्रत्युज्ञा, तुझ्या प्रवचनाची वेळ झाली आहे."

"क्षमस्व स्वामी! साक्षात आपण इथे असताना आम्ही प्रवचन कसं देणार?"

"जसं रोज देतेस, तसंच!"

"क्षमा स्वामी, तेवढी आमची पात्रता नाही."

"बरं. मीच बोलतो काहीतरी. हे असंच इकडचं-तिकडचं. चालेल?"

"जी."

"मंडळी, आपण गप्पा मारूया. अथवा मी एक गोष्ट सांगतो. चालेल?"

आणि अनाहूतपणे, माँ प्रत्युज्ञा समोरच आहेत, हे विसरून सर्वांकडून मोठ्ठा होकार आला. स्वामी दया हसले आणि त्यांनी गोष्टीला प्रारंभ केला.

संन्यास! संन्यास कशाला म्हणतात? त्याग कशाला म्हणतात? एका राजाची ही कथा आहे.

एक राजा होता. प्रचंड साम्राज्य होतं त्याचं. सुंदर राणी. सुंदर राजकन्या आणि कर्तबगार, रुबाबदार राजपुत्र. सुखी जनता. एकंदरीत सर्व आलबेल होतं. पण राजा मनातून उदास होता. या संसारात आता त्याचं मन रमत नव्हतं. शेवटी एक दिवस त्याने ठरवलं की, खूप उपभोगलं ऐश्वर्य. आता गरिबी अनुभवायची आहे. संन्यास घ्यावा. म्हणून एका पहाटे सर्व काही त्यागून, निष्कांचन होऊन, एका वस्त्रानिशी तो राजवाड्याबाहेर पडला. राज्य सोडून निघून गेला.

कुठे मंदिर दिसलं, तिथे बसावं. लोक जे काही देतील ते खावं. दर्गा दिसला, तर दर्ग्याच्या दारात बसावं. लोक जे देतील, ते घ्यावं. तिथेच समाधिस्थ व्हावं. मनाला वाटलं की दुसरीकडे जावं.

एका रात्री तो कोणत्यातरी गावाच्या वेशीवर पोहोचला. गावाच्या वेशीवरच एक पडकं देऊळ होतं. तो त्या देवळात गेला. पडका मंडप होता. त्या मंडपात पाचोळा साठला होता. त्या पाचोळ्यावर राजा लवंडला. आणि त्याला शांत झोप लागली. अशी शांत झोप त्याला राजवाड्यातल्या मऊ मुलायम गादीवरही लागत नव्हती.

पहाटे केव्हातरी त्याला जाग आली. तो देवाच्या मूर्तीसमोर गुडघे टेकून

बसला. त्याने प्रार्थना केली, 'हे देवा, परमेश्वरा, तुझी कृपा आहे. मला हे असंच जीवन हवं होतं, ते तू दिलंस. ही गरिबी हवी होती...'

तेवढ्यात आणखीन एक माणूस देवळात आला. त्यानेही गुडघे टेकले आणि तो प्रार्थना करू लागला. 'हे देवा, परमेश्वरा, संपूर्ण आयुष्य गरिबीत गेलं. दोन वेळचं पोटाला मिळेना. मला एकदा तरी असं जीवन दे, जिथे पैसाच पैसा, ऐश्वर्य असेल... नाही तर मी संन्यासीच होतो आता.'

राजा हसला. त्याला म्हणाला, "तुला गरिबी फार स्वस्तात मिळाली आहे. मला बघ. सर्व साम्राज्य सोडावं लागलं, तेव्हा गरिबी मिळाली. फार महागाचा सौदा केला आहे आणि आता संन्यास घेतला आहे. छान वाटतंय. तुला तर फुकट मिळतोय संन्यास. भाग्यवान आहेस!"

तर मित्रांनो, सांगायचा मुद्दा लक्षात घ्या. ही कथा काय सांगते? नाइलाजाने संन्यासी होणं म्हणजे संन्यास नव्हे. भक्त व्हायचं असेल तर फार मोठी किंमत मोजावी लागते. ही किंमत जो आनंदाने मोजतो आणि संन्यास घेतो, तो खरा संन्यासी. संसाराला, गरिबीला कंटाळून जर संन्यासी होत असाल तर तो व्यवसाय झाला. मग संन्यास हा व्यवसाय होय. अशा संन्याशांना काहीही महत्त्व नाही, ध्येय नाही, ईश्वराकडे पोहोचण्याचा मार्ग नाही. परंतु ज्यांनी धन, मान, प्रतिष्ठा उपभोगली आहे आणि ते सर्व त्यागून जे संन्यास पंथ अंगिकारतात, ते खरे संन्यासी. त्यांना माहीत असतं, आपण कशाचा त्याग करतो आहोत आणि कशासाठी करतो आहोत.

त्याग करणं, योग्य समयी त्याग करणं, हे फार महत्त्वाचं आहे मित्रांनो! लक्षात ठेवा! गुरुदेव... गुरुदेव...!"

माँ प्रत्युज्ञांचे गुरू आले आहेत, ही बातमी वाऱ्यासारखी सर्वत्र पसरली. त्यांना बघायला भक्तांची एकच गर्दी जमली. स्वामी दयांच्या दर्शनासाठी अक्षरशः झुंबड उडाली.

माँ प्रत्युज्ञा एकदम बाजूला सारल्यासारख्या झाल्या. संपूर्ण आत्मसिद्ध आश्रम स्वामी दयांच्या सेवेत आपणहून रुजू झाला. हे काहीतरी वेगळंच घडत होतं, पण माँ प्रत्युज्ञा स्थितप्रज्ञ होत्या. नियमित ध्यानधारणा चालू होती. परंतु ध्यान लागत नव्हतं. मन आतून विचलित झालेलं होतं. ही अस्वस्थता आजची, आत्ताची नव्हती. बेळगावमध्ये कावेरीला बघितलं आणि मन अस्वस्थ झालं होतं. माँ प्रत्युज्ञांना समजत नव्हतं की कुणाच्या आज्ञेने ती तिथे पोहोचली? सरदेसाई? अर्थात सरदेसाईच. पण हे सरदेसाईंना विचारावं कसं, हा प्रश्न त्यांच्यापुढे होताच. जर सरदेसाई म्हणाले असते की, 'पोर आश्रमात येऊन इतके महिने झाले, जरा बदल हवा तिलाही. शिवाय मदतच होईल तिची तिथे, असा विचार करून पाठवलं–' तर

आपण काय म्हणणार त्यावर? असाही विचार माँ प्रत्युज्ञा करत होत्या.

'जयराम हे जाणूनबुजून करतो आहे. त्याला मला छळायचं आहे. का? तर मी त्याला आश्रितासारखं वागवते म्हणून. पण त्याची तीच लायकी आहे. खरं तर त्याची काही लायकीच नाही. त्याने उपकार मानायचे माझे, तर ते सोडून मला त्रास कसा होत राहील, याचाच विचार करतोय, तसंच वागतोय. काय गरज होती कावेरीला बेळगावला पाठवायची? संपूर्ण समारंभात माझं लक्ष राहून राहून त्या दोघांकडे जात होतं. शागीर्दलादेखील समजू नये? तिच्यासोबत पंगती वाढत होता. चेष्टा चालली होती... असणार – कारण दोघं हसत असायची सारखी आणि एकदा-एकदा तर हातही धरले होते दोघांनी. हातात हात घालून...! मन विषण्ण होतंय. काहीतरी खुपतंय. शागीर्द – काय वाटतंय शागीर्दबद्दल? त्याला मुद्दाम नेलं बेळगावला. आपल्या संगतीत राहील, त्याला आपला सहवास घडेल, आवडेल. किती प्रसन्न वाटत होतं. आनंद... पण मग कावेरी आली दुसऱ्या दिवशी. ती येणार, हे शागीर्दला माहीत होतं? असणारच. मग तो तसं बोलला का नाही आपल्याला? त्याने लपवलं का? याचा जाब विचारणार तरी कसा? माँ प्रत्युज्ञा, एका क्षुल्लक गोष्टीची शहानिशा कशी काय करू शकणार? माँ प्रत्युज्ञांना इतर अनेक व्यवधानं आहेत. पण कमल विचारू शकते. हे काय चाललंय? आश्रम आहे की हे असे चाळे करण्याची जागा आहे ही? लव्हर्स पॉइंट आहे का हा? ...छे! कमल, तू कुठल्याकुठे पोचलीस. शोभत नाही हे माँ प्रत्युज्ञाला. त्यागी, धर्म पाळणारी, नाती गोती न मानणारी, सर्व भक्तांची, शिष्यांची आई...!'

आई! तोही आपल्याला माँ म्हणतो. माँच म्हणणार! पण, पण आपण तर त्याला आपल्या सेवेत घेतलं होतं. शागीर्दने कायम सावलीसारखं आपल्या मागोमाग असायला हवं होतं. आणि एकच प्रसंग आणि आपला तोल गेला... भर मंडपात? आत्ताही दिसतोय तो प्रसंग... फोटोग्राफर. सतत आपल्या मागे मागे – छान वाटत होतं. आपल्या बरोबरीने शागीर्दचेही फोटो येत होते. कुणी भेटायला आलं आपल्याला, बोलत राहिलो. ध्यानधारणा, साधना... शागीर्द म्हणाला, 'माँ आज्ञा... आत्ता येतो.' आपण म्हणालो, 'शुभम् शुभम्' तो गेला. काही काळ दिसत होता, पण नंतर दिसेना. एवढ्या माणसांत, गर्दीत कसा दिसणार? किती वेळ गेला? अस्वस्थ झालो आपण. तो कुणी नमस्कार करून निघूनही गेला होता. नजर फिरत राहिली आपली मांडवभर आणि एका खांबाला टेकलेला पाठमोरा... शागीर्द...! काय वाटलं अचानक? तडक निघालो त्याच्या दिशेने. माँ प्रत्युज्ञा येत आहेत हे बघून भराभरा वाट मोकळी झाली आणि पोचलो शागीर्दपाशी. खांबाआड कावेरी होती. क्षणात तोल गेला आपला–

''कावेरी, लग्न मंडपात उभी आहेस ती मदतीसाठी की...''

"शुभम् माँ! मी कामच करतेय."

"कावेरी, आज्ञा नसताना इथे आलीस... आश्रमातून निघालीसच कशी? शागीर्द आमच्या सेवेत आहे. आमच्याबरोबर अखंड असणं हे त्याचं कर्तव्य आहे. तू आल्यामुळे तो त्याच्या कर्तव्यास चुकतो आहे."

"नाही माँ. काम करतोय आम्ही."

"खांबाआड लपून कसलं काम चालू आहे? काम नव्हे, भेटण्याचं निमित्त आहे हे. फुलं वेगळी करणं, हे शागीर्दचं काम नाही."

"पण माँ."

"हे चाळे इथे चालणार नाहीत तुझे... जसा बाप... तशी..."

आणि शागीर्दने एकदाच बघितलं आपल्याकडे. एक अक्षरही बोलला नाही काही परंतु त्या नजरेने आरपार आघात केला. आपण चपापलो. क्षणभरच. पण नंतर लगेचच सावरलो. चुकलं हे जाणवत होतं आणि लगेचच ती चूक सुधारायलाही हवी होती.

"शागीर्द, आम्हाला वर स्टेजवर जायचं आहे. फार उंच आहे ते. आम्हाला उंचीची भीती वाटते. तू आहेस बरोबर आमच्या म्हणून कुणाला आधारासाठी आज्ञा दिली नव्हती. बराच काळ वाट बघितली तुझी..."

"माँ, क्षमस्व. चला, आपण या."

शब्द इतके कोरडे होते की, शब्द जिव्हारी लागले होते की त्याची नजर?

"प्रत्युज्ञा ऽ ऽ"

"जी, जी स्वामी."

"एकटीच बसली आहेस?"

"सहज."

"छान आहे तुझा आश्रम. फार छान, चांगली माणसं आहेत इथली. अगदी स्पष्ट आणि पारदर्शक!"

"कृपा आपली स्वामी!"

"नाही प्रत्युज्ञा. ही माझी कृपा नाही. मी तर एक सामान्य. ईश्वराचा दूत. तो सांगतो तसं वागायचं आणि तेवढंच करायचं. प्रत्युज्ञा, मी इथे अचानक आलो, तुला आश्चर्य वाटलं नाही? मी इथपर्यंत कसा पोहोचलो? मी इतकी वर्षं कुठे होतो, तेव्हा काय करत होतो आणि इतक्या वर्षांत का आलो नाही? आणि आत्ता का आलो?"

"स्वामी..."

"हे सर्व प्रश्न तुझ्याच मनातले आहेत. तुला उत्तरं मिळणं हा तुझा अधिकार

आहे. आज मी तुला उत्तरं देणार आहे. बस अशी समोर. शांत हो. अगदी शांत. अंग सैल सोड आणि केवळ कानांना त्यांचं काम करू देत.''

ऐक प्रत्युज्ञा,

सर्वप्रथम जेव्हा मला तू दिसलीस तेव्हा मला जाणवलं की, तुला आधाराची गरज आहे. तू चाचपडत आहेस आणि परिस्थितीने तुला हतबल केलं आहे. जे काही तुझ्या जीवनात तेव्हा घडत होतं, ते वरवरचं होतं. आतून तुझं मन शुद्ध आहे हे मला जाणवलं आणि तुझ्या डोक्यावर हात ठेवण्याची आज्ञा मला ईश्वराकडून झाली. हे सत्य आहे. ईश्वर आज्ञा देत असतो. प्रत्येकालाच! पण ती ऐकण्यासाठी आपले कान, आपलं मन स्वीकार करणारं हवं. मी तुला 'चल' म्हणालो आणि तूदेखील काहीही प्रश्न न विचारता माझ्या मागोमाग आलीस. पुढली वर्षं, हा तुझ्या उन्नतीचा काळ होता. जे जे ज्ञान मला प्राप्त झालेलं आहे, ते ते मी तुला देत गेलो आणि एक क्षण असा आला की, त्यापुढचा प्रवास हा तुझा तुलाच करायचा होता त्या क्षणी मी निघून गेलो. गुरूने शिष्याच्या अध्ययनात अडथळा बनू नये, तसंच शिष्याने गुरूचं बोट सोडायला हवं. आपली वाट आपण तयार करायला हवी. पण गुरू म्हणजे त्या ईश्वराने नेमलेलं माध्यम. मी माध्यम होतो, आहे आणि राहीन. साधनेने, अंर्तज्ञानाने तुझी हालचाल, तुझी प्रगती समजत होती. समाधान प्राप्त होत होतं.

परंतु प्रत्युज्ञा, काही दिवसांपूर्वी हे समाधान नष्ट झालं. अगदी अनाहूतपणे. तरी वाट बघितली. तुझी दोलायमान मानसिक अवस्था दिसत होती आणि जाणवलं तुला माझी पुन्हा एकदा आवश्यकता आहे.''

''स्वामी, खरंच मी पार भांबावून गेले आहे. पण तुम्हाला खरंच जाणवलं की, समजलं की कुणी तुम्हाला काही सांगितलं?''

''आश्चर्य वाटतंय प्रत्युज्ञा! तुला माझ्या साधनेविषयी शंका आहे? अर्थात, मी 'माझी साधना' असं म्हणणं म्हणजे त्यात अहंकार दिसतो. परंतु तुला समजवण्यासाठी मला या शब्दांचा उपयोग करावा लागतो आहे. त्यात कणभरही अहंकार नाही. होय, मला समजलं कारण मी जाणिवेने केवळ तुझा विचार करत होतो. तूही साधना करतेस. तुलाही हे माहीत आहे, तूही हे अनुभवलं असशील की, जेव्हा आपल्याला कुणाबद्दल काही माहीत करून घ्यायचं असेल, त्या व्यक्तीच्या मनाचा तळ शोधायचा असेल तेव्हा साधनेद्वारे ते शक्य होतं. व्यक्ति जवळ असो अथवा दूर.''

''मला शोधता येईल असा कुणाच्या मनाचा तळ?''

''खचितच! परंतु ध्यानात ठेव. स्वार्थासाठी जर तू हे करू इच्छित असशील तर मग साधना संपली. दिलेल्या दीक्षेचा, अध्ययनाचा तो दुरुपयोग असेल. मग तूही एक सर्वसामान्य स्त्री होशील. चालेल?''

''स्वामी, जेव्हा सर्वसामान्य होते तेव्हा मला माझी आवड-निवड करता येत

नव्हती. जे जसं समोर आलं, स्वीकारलं. रडले, झगडले. पण – हे असं जीवन नव्हतं मागितलेलं मी. स्वप्न होती, संगीत होतं, रंग होते – सर्व काही नासून गेलं. मग नैराश्य आलं. नैराश्याची जागा सूडाने घेतली. पण मला माहीत नव्हतं, तो सूड शेवटी माझाच नाश करणार! स्त्री देह, जबरदस्तीने कुणाच्या हवाली करावा लागला, तर त्या देहाची विटंबना होते. आणि स्त्री देह, हेच शस्त्र म्हणून जरी वापरलं तरीही त्या देहाचीच विटंबना होते. शोधत होते प्रेम! माझ्यासाठी कुणीतरी हवं होतं. पण नाही... नव्हतंच होणार होतं तसं. स्वामी, माझ्यासाठी 'प्रेम' नाहीच?''

''उदंड प्रेम मिळवलं आहेस प्रत्युज्ञा!''

''भक्तांचं? शिष्यांचं? नाही स्वामी. तसं प्रेम नाही. स्त्रीला हवं असतं, तसं प्रेम शोधत होते मी. इथे हजारोंच्या गराड्यातही एकटी असते मी. आणि हे आताशा फार जाणवायला लागलंय. तुटतं आत काहीतरी. खोलवर रुतून बसलंय असं काही, जे प्रयत्न करूनही वर काढता येत नाही. अनेकदा समजवते, 'कमल, तू कमल नाही आहेस. प्रत्युज्ञा, माँ प्रत्युज्ञा आहेस.' वेडं मन कधी होकार देतं, कधी नाकारतं. साधनेत मन लागत नाही. जीव आसुसून उठतो. ही मखमली चादर, तिचा स्पर्श खरखरीत होऊन जातो. त्या चादरीवर बसायचीही भीती वाटते. स्वत:ला आरशात बघते तेव्हा वय होत चालल्याच्या खुणा दिसतात. पण जेव्हा हा देह बघत नाही, तेव्हा मन दिसत राहतं, तरुण असलेलं मन! स्वामी ऽ ऽ!'

''प्रत्युज्ञा! प्रत्युज्ञा, प्रत्येक साधकाला काही ना काही परीक्षा द्यावी लागते. कुणाला धन त्यागाची, कुणाला राज्य त्यागाची, कुणाला आप्तेष्टांच्या त्यागाची, तर कुणाला अन्न-वस्त्र-निवाऱ्याची... पण परीक्षा असतेच. या परीक्षेत उत्तीर्ण होणं म्हणजे सर्वापार पोचणं. तुझी परीक्षा प्रेमाची आहे. प्रेमापलीकडे पोहोचायचं आहे तुला. एकदाच पाऊल उचल आणि प्रेमाच्या रेषेबाहेर टाक. आता त्या रेषेवर उभी आहेस. ऊर्ध्वगतीला जायचं की अधोगतीला जायचं... तुझं एक पाऊल तो निर्णय देईल. रेषेच्या पलीकडे जातेस तर मग प्रेमच प्रेम! नुकत्याच जन्मलेल्या बाळासारखं, निरागस. कोणतेही स्वार्थ, हेवेदावे, राग, लोभ न जडलेलं प्रेम. अनंत आकाश. अनंत सागरासारखं प्रेम! या प्रेमाला अंत नाही. या प्रेमाला आकार नाही म्हणून ते बंदिस्त नाही. कुणी आकार देऊ बघतं तरी तो आकार पुरेसा ठरणार नाही इतकं विशाल प्रेम प्राप्त होईल. आणि जर एक पाऊल रेषेच्या अलीकडे, तर मग या भोवऱ्यातून सुटका नाही. ज्या भोवऱ्यात आत्ता अडकली आहेस, तो भोवरा रसातळाला खेचून नेणारा आहे. त्याचा वेग इतका प्रचंड आहे की, हातपाय मारलेस तरी वर येऊ शकणार नाहीस. प्रत्युज्ञा ऽ ऽ''

''स्वामी, समजतंय. सगळं समजतंय. मी कधीपासून हातपाय मारतेच आहे.

मीही एक माणूस आहे ना शेवटी! माँ असले, तरी माँ... स्वामी ही काय माणसं नसतात? एकदा त्यांना देवत्व दिलं गेलं की सतत ते देवत्व सांभाळत जगायचं?''

''हा विचार आधी करायला हवा होतास. जेव्हा तुला कुणी तरी पहिला पदस्पर्श केला तेव्हा सुखावलीस ना?''

''.....''

''तिथेच, तिथपासूनच सुरुवात झाली. भोवरा तेव्हा निर्माण झाला.''

''पण...''

''प्रत्युज्ञा! चल माझ्याबरोबर. त्यावेळेस पूर्ण विश्वासाने आली होतीस, तशीच! हे तुझं राज्य, साम्राज्य, ते सिंहासन, ही जनता... हा आश्रम – काहीही नको. जसा माझा पुतळा उभारला आहेस. तसाच हे भक्त तुझाही पुतळा इथे उभारतील. त्या पुतळ्यांची पूजा करतील. करू देत. त्यांनाही आधार हवा ना? तू चल. पाऊल उचल. ऊर्ध्वगतीला. ऊर्ध्व दिशेला...

तेरा

रहिमतपूरमधली वर्दळ शांत झाली. आयुष्यात कधीही नाही इतकी माणसं, इतकी गर्दी रहिमतपूरने या गेल्या सात दिवसांत बघितली. पण या गर्दीला नियम होता. धक्काबुक्की, चेंगराचेंगरी असं काहीही झालं नाही. आत्ता मात्र रहिमतपुराचा पूर आटला होता.

आत्मसिद्ध आश्रमही शांत होता. पुन्हा एक हलकसं तणावाचं वातावरण आपोआप तयार झालं होतं. जो तो आपआपली कामं नियमानुसार करत होता. वेळेनुसार प्रत्येकजण ये-जा करत होता.

सरदेसाईंची निघायची वेळ झाली, ते निघाले. ''आत्ता म्हणजे अगदी कालच या रस्त्यावरून घरी जातना शंभर वेळा वाट शोधावी लागत होती. आणि आज आपण अडथळ्यांशिवाय घरी पोचणार. स्वामी दया गेले आणि सगळा शुकशुकाट झाला.''

''विभावरी!''

''आले हं. लवकर आलात?''

''फार काही काम नव्हतं. प्रवचनाला थांबावंसं वाटलं नाही.''

''चहा ठेवते.''

''विमला नाही आहे का?''

''आहे ना. जरा पडलीय. आत्ता आणते चहा करून.''

''बरं.''

''घ्या.''

''स्वामी गेले आणि आश्रम अगदी रिकामा झाला असं वाटतंय.''

''ती नाहीच ना गेली?''

''नाही. माँसुद्धा गेल्या असत्या तर आश्रमही संपला असता. योग्य निर्णय घेतला माँनी. खरं तर स्वामींनी माँना त्यांच्याबरोबर येण्यास सांगितलंय, हे मला माहीतच नव्हतं. आश्रमात कुणालाच माहीत नव्हतं. स्वामी निघाले, तशी माँ त्यांना

नमस्कार करायला आल्या, अगदी आश्रमाच्या दारात! सगळेच होते तिथे. स्वामींनी माँच्या डोक्यावर हात ठेवला. म्हणाले, 'प्रत्युज्ञा, तुला 'चल' असं म्हणालो आहे. पण... हरकत नाही. तू थांबत आहेस इथे. हा निर्णय तुझा आहे. कदाचित काही कार्य अजून शिल्लक असेल तुझ्या हातून व्हायचं. परंतु जेव्हा यावंसं वाटेल तेव्हा मन:पूर्वक हाक मार. मी येईन तुला न्यायला.' आणि झटक्यात निघून गेले.''

''हे खरे तपस्वी! मोह नाही कशाचाच आणि आपलं म्हणणं दुसऱ्यावर लादणंही नाही. अहो, मी काय म्हणते, आता सर्व पूर्ण झालं – लग्न सोहळा, स्वामींचं वास्तव्य! आता विचारा शागीर्दला. येईल का तो इथे? होईल का आपला मुलगा?''

''विचारतो.''

''कधी? उद्या?''

''हरकत नाही.''

विभावरी सरदेसाईंना समाधान वाटलं. पण एक काळजीही वाटू लागली. ''शागीर्द नाही म्हणाला तर? तरी हरकत नाही. आपण त्याला मुलगा मानलंय. त्याने आपल्याला आई-वडिलांचा दर्जा, मान, प्रेम, हक्क द्यायला हवा, ही अट तर त्यामागे नव्हती! आपण मूल मानून जे काही करायचं आहे ते करत राहू. ते न करण्याचा हक्क आपण आपला मिळवू. सोपं आहे.''

विभावरी सरदेसाई हसल्या. विनायक सरदेसाईंना वाटलं, ''तिने आत्तापासून स्वप्न बघायला सुरुवात केली. स्वप्नं नुसती बघितली नाहीत तर ती पूर्णही झाली. आणि हे हास्य म्हणजे त्या पूर्णत्वाचा हुंकार आहे.''

विनायक सरदेसाई हसले. दोघांनी एकमेकांकडे बघितलं आणि दोघंही हसले.

स्वामी दया निघून गेले आणि माँ प्रत्युज्ञा निश्चिंत झाल्या. आपल्या पाठीशी स्वामी दया कायम असणार आहेत, या भावनेने त्या शांत झाल्या. मनातलं वादळ शमलं. ध्यान, प्रवचन, अध्ययन या गोष्टींना पुनःश्च सुरुवात झाली. शाळा आणि हॉस्पिटलच्या बांधकामात त्या रस घेऊ लागल्या. त्या पूर्वीपेक्षा जास्त उमलू लागल्या. प्रवचनांना एक वेगळीच उंची प्राप्त झाली. आश्रम आनंदित असायला हवा, यासाठी त्यांचे प्रयत्न चालू राहिले. बदल झाला तो एकच, प्रवचनं सुरू होती परंतु आता आठवड्यातून एकदाच त्या स्वत: प्रवचन देऊ लागल्या. इतर दिवसांच्या प्रवचनाची जबाबदारी त्यांनी शांडिल्यवर टाकली. सरदेसाईही एखाददुसरा विचार मांडू लागले. ध्यान घेऊ लागले.

माँ प्रत्युज्ञा आता प्रसन्न होत्या. सरदेसाईंनी दीर्घ काळ संधीची वाट बघितली होती. परंतु माँ प्रत्युज्ञांच्या मन:स्थितीची कल्पना येत नव्हती. पण आता तसं नव्हतं.

भक्ताने मागावं आणि माँनी शुभम् म्हणून आशीर्वाद द्यावा... अशी प्रसन्नता निर्माण झाली होती.

"शुभम् माँ."

"शुभम् शुभम्."

"स्वामी दया, आपले गुरू, पर्यायाने आम्हां सर्वांचेच गुरू, तेजस्वी गुरू, त्यांचं दर्शन, त्यांचा सहवास आपल्या कृपेने मिळाला. आम्ही धन्य झालो."

"सत्य आहे सरदेसाई. स्वामींची प्रतिभा, प्रतिमा किती उंच... शब्द नाहीत आमच्याकडे."

"खरं आहे."

"आश्रमातल्या प्रत्येक भक्ताला, शिष्याला त्यांनी भरभरून प्रेम दिलं, आशीर्वाद दिले आणि शागीर्द तर त्यांचा लाडकाच झाला."

"होय माँ. शागीर्द आहेच बोलायला तसा. शागीर्दबद्दलच आलो होतो."

"बोला!"

"माँ, आपण जाणता. आम्ही निपुत्रिक आहोत. एवढा मोठा वाडा, शेती, गुरं सर्व काही आहे. पण..."

"सरदेसाई, त्याचं कारण जाणता तुम्ही."

"होय माँ. स्वत:ला मूल होणं शक्य नाही. हे आम्ही जाणतो. परंतु दत्तक तर घेऊ शकतो?"

"हे शक्य आहे सरदेसाई."

"मी आणि विभाने शागीर्दला दत्तक घ्यायचं ठरवलं आहे माँ."

"शागीर्द?"

"होय माँ. त्याला आई-वडील नाहीत, आम्हाला मूल नाही. आम्ही तिघं मिळून आमच्या तिघांच्या आयुष्यातली उणीव भरून काढू."

"पण, पण हे कसं शक्य आहे?"

"आपला आशीर्वाद असल्यावर काय अशक्य आहे?"

"आशीर्वाद? आहे ना! पण, म्हणजे शागीर्द..."

"त्याने होकार दिला आहे. खरं तर असा वेगळा होकार वगैरे घेण्याची काही आवश्यकता नव्हतीच. तो कितीतरी आधीपासून विभावरीला आई म्हणतो आणि मला अण्णा. नातं कधीचंच निर्माण झालं आहे. न सांगता, न ठरवता. आता केवळ कायद्यानुसार गोष्टी घडणं बाकी आहे. माँ, आपणच म्हणता की, शिक्कामोर्तब केलेल्या पिवळ्या कागदांना काहीही किंमत नाही. किंमत आहे ती मनावरच्या पाटीवर शिक्का उमटवण्याची! शिक्के मनाच्या पाटीवर कधीचेच उमटले आहेत.

ते पुसले जाणारे शिक्के नाही आहेत. परंतु कायद्याच्या कागदांवर शिक्का उमटू देत म्हणजे आमच्या पश्चात शागीर्दला कुणी त्रास देणार नाही. संपत्तीला वाली नसला की माणसं गिधाडासारखी जमतात. तसं व्हायला नको. ती गिधाडं माझ्या पोराला टोचून टोचून मारतील. माँ, आशीर्वाद द्या. मदहो, मी, विभावरी आमचं कुटुंब सुखासमाधानात जीवन जगो.''

''आशीर्वाद? ...आशीर्वाद... हो – पण मदहो म्हणजे?''

''विभावरीने शागीर्दचं नाव ठरवलं आहे. 'मदहो'.''

''असं?''

''हो. माँ शागीर्द उभा आहे बाहेर. येऊ दे आत?''

''आज्ञा आहे.''

''ये रे बाळ ये.''

''शुभम् माँ.''

''शुभम् शुभम्.''

''आशीर्वाद द्या माँ.''

''आहे, आशीर्वाद आहे.''

''माँ, लवकरच नाम संस्कार करायचे आहेत, वाड्यावरच. आपण वाड्यावर आलात तर वाडा धन्य होईल माझा.''

''सरदेसाई, आम्ही आता कुठेच जात नाही हे जाणता आपण. ही मठी, हा आश्रम हेच आमचं घर, इथेच वास्तव्य. नाही, सरदेसाई, ते आता शक्य नाही.''

''माँ, काही चुकलं का?''

''नाही. काहीही चुकलेलं नाही सरदेसाई. वाऱ्याच्या येण्यावर आणि जाण्यावर कुणाचं बंधन असतं का? पावसाची सर, समुद्राची लाट... नाही. कशावरच कुणाचंच बंधन नसतं, मर्जी नसते. सगळे स्वतंत्र असतात... अगदी स्वतंत्र...''

माँ प्रत्युज्ञा हरवल्यासारख्या झाल्या. त्यांनी शागीर्दकडे बघितलं. अगदी एकटक. त्यांच्या नजरेत नक्की कोणते भाव आहेत, हे शागीर्दला समजलं नाही. ती नजर काही सांगू इच्छित होती असा भास शागीर्दला झाला.

''शुभम् माँ.''

''शुभम् शुभम्.''

''......''

''शुभम् शुभम् शुभम् शुभम्...''

शांडिल्य खूष होता. आश्रमात सर्व चांगलं घडत होतं. माँ प्रत्युज्ञा नेहमी

सांगतात की चांगलं आणि वाईट असं काही नसतं. सत्य. परंतु तरीही शांडिल्यला चांगलं जास्त दिसत होतं. मन आनंदित होत होतं.

"शुभम्, सरपोतदार सर."

"शुभम् शांडिल्य."

"सर, लवकरच शागीर्द सरदेसाई होणार."

"हो ना! फारच छान. छान."

"आपल्या आश्रमात कितीतरी अनाथ आहेत. असेच प्रत्येक अनाथाला आई-वडील मिळाले, घर मिळालं तर! शांडिल्य, एक मूल दत्तक घ्यावं असा विचार मीही करतो आहे."

"खरं? शुभम्."

"हो, खरंच. मुलगी घ्यावी दत्तक!"

"छान."

"सांभाळावं, शिकवावं, मोठी झाली की लग्न करून द्यावं."

"सर, खरंच, खूप छान. अरे हो, लग्नावरून आठवलं. शागीर्द लवकरच बोहल्यावर चढणार असं दिसतंय."

"हो? कोण? आहे कोण ती?"

"आपली कावेरी!"

"कावेरी? वा! छान आहे जोडा. शोभतात एकमेकांना."

"हो ना!"

"माँना माहीत आहे?"

"तसं अधिकृतपणे कुणालाच माहीत नाही. म्हणजे तो तसं बोललेला नाही. पण, कल्पना आहे मला. जयरामकाकांनाही सुगावा लागला आहे."

"म्हणजे सरदेसाईंना मुलगा आणि सून दोघं एकदमच मिळणार तर! छान छान!"

"हळू सर. जरा हळू..."

"हो हो..."

"घंटा वाजली सर. प्रवचनाची वेळ झाली. आज माँ काय सांगतात... चला...! माँना ऐकण्याची संधी अशी आता एकदाच."

"परंतु तूही छान देतोस प्रवचन."

"माँची कृपा! पण माँ – त्या माँच. कधीकधी भीती वाटते. या एक दिवस प्रवचनच देणं बंद करतील की काय? मागे मौन घेतलं होतं. तसं काही..."

"नाही होणार. चल, तो बघ, तांबट आला. शिंदेही आला बरोबर... चला."

“शुभम् शुभम्.”

“शुभम्.”

“स्वामी दया महाराज आले आणि त्यांनी त्यांचे आशीर्वाद आपणा सर्वांना दिले. त्या दिवसांमध्ये त्यांनी अनेक अनुभव, अनेक व्याख्या आणि कहाण्या सांगितल्या. त्यातली एक कहाणी अगदी मनावर ठसली, आणि ती म्हणजे राजाची कहाणी. राजा सर्वत्याग करून वनात निघून गेला. देवळात त्याला एक गरीब मनुष्य भेटला जो श्रीमंती मागत होता. राजा त्याला म्हणाला की, तू श्रीमंती मागतो आहेस? मी ती सोडून आलो आहे. गरीबी घेण्यासाठी फार जबरदस्त किंमत मोजावी लागली. आपणा सर्वांना ही कहाणी आठवत असेल. आम्हाला अगदी स्पष्ट आठवते याचं कारण कदाचित स्वामी दयांनी ती कहाणी आम्हाला उद्देशून सांगितली असेल. एका संन्यासिनीला हे एवढं मोठं साम्राज्य साधनेत बाधा आणणारं ठरू शकतं असं काहीसं ते सांगणं असू शकतं. हे आमचं सिंहासन. भक्तांचं प्रेम! भक्त प्रेम व्यक्त करतात, ते दानातून. माया वाढत जाते आणि त्या मायेचा आम्हाला मोह होऊ शकतो. म्हणूनच कदाचित स्वामी दयांनी आम्हाला त्यांच्याबरोबर चलण्याची संधी दिली. ती संधी आम्ही नाकारली. हे नाकारणं म्हणजे आम्हाला या मायेचा लोभ आहे म्हणून नव्हे. आम्ही या क्षणीसुद्धा सर्वत्याग करू शकतो. करू इच्छितो. आणि करूही. परंतु तत्पूर्वी काही गोष्टींची तजवीज करायला हवी. आज आम्ही प्रवचन देणार नाही आहोत. आम्ही काही गोष्टींचा खुलासा करणार आहोत.

जाहीर करा, यापुढे माँ प्रत्युज्ञा केवळ प्रवचन देण्यापुरतं मौन सोडतील. शाळा आणि हॉस्पिटलची जबाबदारी आम्ही प्रामुख्याने सरपोतदार आणि तांबट यांच्यावर टाकत आहोत. त्यांचा शब्द हा अंतिम शब्द असेल. आमच्या प्रवचनाच्या सीडीज, प्रवचनांवर जर पुस्तक काढायचं असेल तर पुस्तकं वगैरेची जबाबदारी शांडिल्यवर राहिल. आजपासून शांडिल्यचा उच्चार स्वामी शांडिल्य असा होईल. दान म्हणून कुणी भक्त काही देऊ इच्छित असेल तर ते दान स्वामी सरदेसाई यांच्याकडे द्यावयाचं आहे.

आता आम्हाला मुक्त करा. हा आत्मसिद्ध आश्रम आता तुमच्या हवाली. आम्ही असू, पण आवश्यकतेपुरतं.

निरोप द्या.

शुभम् शुभम् शुभम् शुभम.”

आता ध्यानाला प्रारंभ करा.

जयरामला आश्चर्य वाटलं. कमल असं काही सांगेल याचा त्याने विचारच केला नव्हता. ती खरंच माँ प्रत्युज्ञा झाली की काय? असा प्रश्न त्याला पडला.

"विजया, कमल म्हणाली ते खरं असेल काय?"

"असणार. इतक्या लोकांसमोर सांगितलं, म्हणजे खरंच असणार."

"तर मग आपल्याला आता कुठेच जायला नको आणि त्या तांबटबरोबर फार काही सौदाही करायला नको."

"सौदा?"

"मी म्हणालो होतो तुला, आश्रम सोडण्याआधी मी आपली पूर्ण व्यवस्था करेन म्हणून! बोललो होतो तांबटशी. पण आता ठीक आहे. आता काहीच करायला नको. सर्व आपसूक होईल. कमलने हे बाकी चांगलं केलं. हक्क सोडून दिला. आता आपण व्यवस्थित सांभाळू हा आश्रम!"

"ते कसं शक्य आहे?"

"सगळं काही शक्य आहे. इथल्या लोकांना अजून आपलं त्यांच्या माँ प्रत्युज्ञांशी असलेलं नातं माहीत नाही. ते एक मोठं हत्यार आहे आपल्या हातात. तू काळजी करू नकोस. शागीर्दला स्वामी सरदेसाई दत्तक घेणार. कावेरी आणि शागीर्दचा विवाह होणार. कावेरी सरदेसाईंच्या, चुकलो स्वामी सरदेसाईंच्या संपत्तीची मालकीण होणार. मधुश्रीचं आपण चांगलं बस्तान बसवून देऊच. आता काहीच काळजी नाही विजया. जय माँ प्रत्युज्ञा!"

शांडिल्य उदास होता. माँनी असं करायला नको होतं, असं त्याला राहून राहून वाटत होतं. माँ प्रत्युज्ञांमुळेच एवढा भक्तगण वाढला होता. राजकारणी, सिनेकलाकार, बिझनेसमन सगळे माँ प्रत्युज्ञांमुळेच आत्मसिद्ध आश्रमापर्यंत पोहोचले होते. माँ प्रत्युज्ञांच्याच इच्छेनुसार स्वामी दयांचा संदेश घरोघरी पोचत आहे. माँ प्रत्युज्ञांचं तेच तर ध्येय होतं. आपण आता एकाकी होऊ, अशी भीती शांडिल्यला वाटत होती. तो उदास होता.

"खरंच का हो तिने सर्वांतून अंग काढून घेतलं?"

"हो विभावरी."

"कसं शक्य आहे?"

"स्वामी दया आले होते ना, तेव्हा एकांतात त्या दोघांची भेट झाली होती. त्या दरम्यानच काही ठरलं असावं."

"मला हे सगळं नाटक वाटतं. जनतेने पुन्हा उदो उदो करावा, यासाठी आखलेला हा अजून एक खेळ, युक्ती! सतत चर्चेत राहायला हवं ना!"

"विभावरी, आपला विश्वास नाही तर सोडून द्यावं. नावं ठेवू नयेत."

"बरं! राहिलं. पण माझे शब्द लक्षात ठेवा."

शागीर्दला ते दिवस आठवत होते जेव्हा त्याने पहिल्यांदा माँ प्रत्युज्ञांचं प्रवचन ऐकलं. ते सर्व दिवस माँ प्रत्युज्ञांच्या प्रवचनाने भारावून जायचे दिवस. त्या दिवसांत तो हरवलेला होता मनाने. आयुष्याचा खेळ त्याच्या आकलनाबाहेरचा होता. 'मीच का?' या प्रश्नाने त्याला वेडंपिसं केलं होतं आणि अशा त्याच्या हरवलेल्या मन:स्थितीत माँ प्रत्युज्ञांनी त्याचा हात धरला होता. त्याला एक निश्चित आखीव आयुष्य दिलं होतं. आत्मसिद्ध आश्रम त्याचं घर झालं आणि या घरातच त्याला सौख्य मिळालं. संभ्रम दूर झाले. मीच का?चं उत्तर मिळालं. त्या उत्तरानेही अस्वस्थता आली. परंतु आई भेटली, जिच्या साध्या सरळ शब्दांनी संभ्रम दूर झाले. ओझं वाटणारं आयुष्य हवंहवंसं वाटू लागलं. अण्णांनी केवळ प्रेमच नाही, तर घर, नावही देऊ केलं. जीवनसाथीही इथेच भेटली आणि हे सर्व झालं होतं माँ प्रत्युज्ञांमुळे.

"माँ, मी आपला कायम ऋणी राहीन. आपण हे सर्व माझ्यासाठी का केलंत, याचं उत्तर माझ्यापाशी नाही आणि खरं सांगू, तर ते उत्तर शोधण्याची आवश्यकताही आता वाटत नाही. गेल्या जन्मीचं काही देणंघेणं असणार, म्हणून हे सर्व घडत आहे. हे मी आता समजू शकतो. परंतु माँ, आपण मला पहिल्या दिवशी जशा भेटलात, तेव्हा जशा होतात, दिसत होतात, वागत होतात तशा आता नाही आहात. हा बदल नक्की झाला आहे की हा माझा भ्रम आहे? कावेरी काहीही बोलत असते. पण ती मनाने चांगली आहे. माँ, आपणच सांगता की, प्रत्येक व्यक्तीला प्रत्येक व्यक्ती भावते, असं कधीच घडत नाही. परंतु याचा अर्थ ती व्यक्ती वाईट असते असं नाही. वाईट कुणीच नसतं. पण बघणाऱ्याला कायम अमावस्याच दिसत राहिली तर ती व्यक्ती म्हणते की, पौर्णिमा कधी नसतेच. तसं आहे हे. अमावस्याही असते आणि पौर्णिमाही असते. अमावस्या सोडून इतर रात्रीही बघावं, म्हणजे पौर्णिमेच्या जवळ जाता येतं. ती दृष्टिपथात येते." तसंच आहे हे. कावेरीला अजून पौर्णिमा दिसलेली नाही. पण मला अमावस्या कधी दिसली नाही.

पण माँ, मौन कशाला? आणि ते मौनव्रत घेताना आपल्या चेहऱ्यावर उदास भाव का होते? कोमेजलेला चेहरा का होता? नाही. हे मौनव्रत आतून घेतलं गेलेलं नाही. ते वरवरच असावं आणि तसंच होवो. नाही. लाखो भक्तांना मार्गदर्शन करायचं आहे आपल्याला. होय ना माँ? सोडा हे व्रत.' शागीर्द मनोमन हे बोलत होता. जर माँ प्रत्युज्ञांनी भेटायची परवानगी दिली तर हे सर्व बोलता येईल असं शागीर्दला वाटत राहिलं.

निवासाचं दार आतून बंद होतं. दोघंही सेवक मौन होऊन निवासाबाहेर बसले होते.

माँ प्रत्युज्ञा एकटक आपल्या मोठ्या, सुंदर फोटोकडे एकटक बघत बसल्या होत्या. तो फोटो काही सांगतोय का? सांगत असला तरी ते ऐकण्याची त्यांची इच्छा नव्हती. जमिनीवर आसन घालून त्या अजूनही फोटोतल्या आपल्याच डोळ्यांत खोलवर बघत राहिल्या. बघता बघता कुठेतरी पोह्रोचल्या – आत अगदी आत. खोलवर – फोटोच्या मनात खोलवर की स्वत:च्या मनात खोलवर?...

समई शांत तेवत होती. उदबत्ती जळून संपत आली होती आणि माँ प्रत्युज्ञा खोल आत आत रुतत होत्या. अव्याहत!

चौदा

“स्वामी दया, तुम्ही जे सांगितलंत ते मी पाळलं. मी स्वतःला सावरलं. ही कमल जिंकली. तिला पैशांचा, दागदागिन्यांचा मोह कधीच नव्हता. ती आसुसलेली होती ती प्रेमासाठी. तुम्ही सांगितलंत की मी अगदी रेषेवर उभी आहे. एक पाऊल मागे गेले तर पुन्हा खाईत पडेन, रसातळाला जाईन आणि मग पुन्हा तिथून उभं राहणं नाही, परतीचा मार्ग नाही. पुन्हा तिथून या रेषेपर्यंत पोहोचणं हे अशक्यप्राय. मी ती रेषा ओलांडली. माझं पाऊल पुढे पडलं स्वामी. आता ती खाई नाही. आता केवळ उंच जायचं. माझ्या मनातला आगडोंब तुम्ही ओळखलात. शागीर्द बद्दलची माझी ओढ तुम्हाला समजली. ती ओढ का होती, कशी निर्माण झाली... नाही कळलं. कळलं ते इतकंच की मीही माणूस आहे. भावभावनांचा सागर ल्यायलेली एक सामान्य स्त्री! ते मोठेपण त्या क्षणी मला झेपत नव्हतं, नकोही होतं. जाणवत होतं एकच...

मधूनच हरवायला होतंय...

हरवायला होतंय की हरवलेल्या अवस्थेतून जाग येतेय?...

समुद्र-सागर. निळंशार पाणी, हिरवी झाक असलेलं. हा समुद्र आहे? की भावभावनांचा सागर? निळाशार... थंड... लाटा येतात आणि जातात. पण पाणी तिथेच राहतं. युगानुयुगं हे पाणी तिथेच आहे... पुढे मागे हेलकावे घेणारं... रौद्र रूप धारण करणारं तर कधी शांत. येणारं... जाणारं...

सागराची गाज ऐकू येत होती. किनाऱ्यावर गर्दी झाली होती. प्रत्येकजण आपली होडी उसळत्या, फेसाळत येणाऱ्या-जाणाऱ्या लाटेवर चढवण्याची जय्यत तयारी करत होतं. मीही होतो त्यात. आज जास्तीत जास्त मासे जाळ्यात ओढायचेच. इंदूला द्यायचे सगळे मासे, म्हावरं. मग ती मासळी घेऊन बाजारात जाईल. ‘गुडघ्यापर्यंत घट्ट नेसलेलं नऊवारी लुगडं. पदर कमरेभोवती घट्ट खोचलेला.

चौकडीची चोळी. चोळीची गाठ...! मोठा आंबाडा आणि त्यावर वेणी, कधी फुलं, कधी गजरा, बोलणं गोड, हसणं गोड. गिऱ्हाईकांची लाइन लागते तिच्यापाशी. राजाची मासळी पण घेते इंदू. राजा जानी दोस्त! आणि इंदू? ती तर आपली 'मलिका ए आलम'... आज पैज लावली आहे. सकाळी सकाळी राजा म्हणाला, 'कृष्णा, आज माझी करामत बघ...! इंदू मासळी विकून विकून थकेल... इतकी मासळी आणणार आहे.

"चल, पैज लागली. कोणाच्या जाळ्यात जास्त मासळी घावते बघू."

"हं, चल! पैज!"

पैज लागली. आज मी होडी समुद्रात अगदी आतपर्यंत न्यायचं ठरवलं. समुद्र म्हणजे आपला माय-बाप, दोस्त, सबकुछ! त्याच्या लाटांवर लहरत राहणं म्हणजे झोपाळाच. मऊ मऊ निसटत जाणारं पाणी. त्याचा निळा-करडा रंग आपल्याही अंगावर उतरतो. एक वल्हं मारलं की सुळकन वीस हात आत घेऊन जातं ते पाणी. इंदूला आपलं वल्हवणं फार आवडतं. ती नेहमी म्हणते, 'तू वल्हं मारू लागलास की तुझ्या बेटकुळ्या मस्त दिसतात.' मग मी तिला म्हणतो, 'तुला या बेटकुळ्यांत जखडून ठेवायचं आहे. तू निसटू नयेस म्हणून.' ती म्हणते, 'मी मासळी आहे. सुळकन सुटणारी. तुझ्या या बेटकुळ्या काहीही कामाच्या नाहीत. मला धरून ठेवायचं, तर हळुवारपणे, गोंजारत स्पर्शणारे हात हवेत.' मग आम्ही दोघंही खूप हसतो.'

मी पैज जिंकलोच. इंदू मोठमोठे डोळे करून बघत राहिली. 'एवढं म्हावरं?' राजा हरला, पण त्याने मला आनंदाने मिठी मारली.

उद्या होळी. खरा सण. मस्ती, आनंद, जल्लोष. इंदू... उद्या आपला सण – दोघांचाच!

इंदूला बघून मी खलारा झालो. वस्तीतल्या सगळ्या मुलींमध्ये काय उठून दिसतेय.

"इंदू..."

"काय रे?"

"आगो माझी राणी. आज तुझ्यासाठी अंगठी आणली आहे."

"अग्गो बाई ऽ ऽ"

"घे ना!"

"बाबांना विचारायला हवं."

"विचार ऽ ऽ"

"तू विचार ना."

"तू नेहमीच असं का बोलतेस? हे बघ हं. आज आपण मस्त मूडमध्ये आहोत. ही बघ, माझी कापडं, कसा दिसतोय?"

"माझ्या आईला विचार."

"आता पुरे हं इंदू. उगीचच मला चिडायला लावू नकोस."

"चिड. चिडका बिब्बा!"

"इंदू! ओके. आता एकदम सीरियस. लग्न करशील ना माझ्याशी? माझी होशील ना?"

"आई-बाबांना विचार."

"ते नंतर. आधी तू सांग."

"सांगितलं ना..."

"इंदू पुरे आता. वाट लावतेस सगळ्याची. तुझ्यासाठी इतके दिवस पैसे जमवले, ही अंगठी घेतली आणि तू... बास झालं. खूप वाट बघितली. आज आत्ता मला समजलंच पाहिजे."

"काय?"

"हसू नकोस अशी. उत्तर दे. लग्न करूया? आज अग्नीसमोर, होळीसमोर तुला मागणी घालतोय."

"होळी तर तिथे आहे. चल लवकर. सगळे वाट बघत असतील. तो बघ, नाच सुरूही झाला. मला नाचायचंय. होळीची पूजा करायची आहे. सगळे आहेत बघ. आई-बाबा-मैत्रिणी, राजा! चल, जाऊ या."

"नाही जाऊ देणार तुला."

"कृष्णा सोड मला."

"नाही."

"बघ हं! मी म्हणाले होते तुला. तुझ्या या बेटकुळ्या काहीही उपयोगाच्या नाहीत. सुळकन निसटेन..."

"इंदू..."

"निसटले ना ऽ ऽ. वेडा, चिडका बिब्बा..."

इंदू हसते, पळते. मीही तिच्या मागे पळत गेलो. ती मागे वळून वळून बघतेय. तिची ती नजर मला आमंत्रण देत आहे. ते आमंत्रण मी स्वीकारणार आहे आणि मग तिला कवेत घ्यायचं. हळुवार, गोंजारणारा स्पर्श द्यायचा.

"इंदू ऽ ऽ"

"कृष्णा ऽ ऽ ये ना... पकड मला... जमतंय का बघ..."

“येतोय इंदू...”

आणि मी धावतोय. मी सुसाट, तीही सुसाट...

दमलो मी? दम लागतोय – दम – श्वास घेता येत नाही आहे... दीर्घ श्वास... अजून दीर्घ... दीर्घ...

खोलवर रुतलेल्या माँ प्रत्युज्ञा हळूहळू खोलातून वर येऊ लागल्या. ‘आत्ता आपण बघितलं ते काय होतं? मी कृष्णा होते. कुठल्या जन्मात? माहीत नाही आणि आणि इंदू म्हणजे आत्ताचा शागीर्द!

शागीर्द? हो. प्रश्नच नाही. ती त्याची नजर! ती तशीच. इंदूची नजर होती तशीच. म्हणजे इंदू आणि कृष्णा. कृष्णाचं इंदूवर प्रेम होतं आणि इंदू? हो. ती सारखं सांगत होती. माझ्या आईला विचार, वडिलांना विचार...! प्रेम-प्रेम होतं. दोघांचं एकमेकांवर. म्हणूनच मला शागीर्दबद्दल एवढी ओढ वाटत होती. वाटत आहे. स्वामींच्या सांगण्यानुसार फार प्रयत्नपूर्वक ती ओढ गाडून टाकत होते. प्रत्यक्ष शागीर्द? पण ती ओढ आहे खळाळत्या पाण्यासारखी. ती वाहत राहणार. पाण्याला थांबवता येतं का? त्याचं वाहून जात राहणं अडवता येतं का? बांध घातला तरी कधी ना कधी तो कोसळतोच. आपण वेडेपणा करत होतो. वाहून द्यायला हवं. जे त्या जन्मात पूर्ण झालं नाही, ते या जन्मात पूर्ण व्हायला हवं. इतका प्रेमासाठी तडफडणारा शागीर्द आणि आपणही. ती तडफड का आहे, हे मला समजलंय. शागीर्द, शागीर्द, अरे मी तुझी, त्या जन्मातला कृष्णा, तू ओळखायला हवं होतंस. नाही तर का माझा पाठलाग करत राहिलास? प्रत्येक प्रवचनास कसा काय पोहोचलास? चल, म्हणाले तर लगेचच पाठीमागे आलास कसा? प्रश्न विचारून मला भंडावून का सोडत होतास? एकटक बघत का राहायचास? सगळी उत्तरं मिळाली. मी तरी तुला ‘ये’ का म्हणाले? तुझे गतजन्म तुला का शोधायला लावले? तू अस्वस्थ असलास की मीही का अस्वस्थ होत होते? तुझी नजर आरपार जात होती. माझ्या मनाच्या अगदी तळाशी पोहोचत होती. ती का? ती नजर मला बेचैन का करत होती? काय शोधत असे ती नजर? अरे, ती नजर मला शोधत होती. कृष्णाला शोधत होती. निदान या जन्मात तरी ते तुझ्या हक्काचं प्रेम तुला मिळतं की नाही मिळत? हा प्रश्न ती नजर विचारत होती. उत्तर मिळालं आहे शागीर्द! तुला तुझं प्रेम याच जन्मात मिळणार आहेस. तू अनभिज्ञ आहेस, पण मी अनभिज्ञ नाही. तू तीच आहेस, माझी इंदू! अरे, या जन्मात माझा देह स्त्रीचा असला आणि तुझा देह पुरुषाचा असला म्हणून काय झालं? आत्मा तर तोच आहे! तू

आत्मा ओळख, जसा मी ओळखला. तुला त्या आत्म्याची ओळख करून द्यायलाच हवी. कावेरी नाही, मी, मी कमल – तुझी कमल. कावेरी हा भास आहे. तू तिला खरं प्रेम मानतो आहेस ना? तसं नाही आहे. तुझं प्रेम, खरं प्रेम ही कमल आहे. शरीराचा विचार करू नकोस. शरीराच्या वयाचा विचार करू नकोस. विचार कर, तुला हव्या असलेल्या कृष्णाचा, या कमलचा. शागीर्द, आता नाही वाट बघायची. समाज, भक्त, शिष्य – कशाकशाचाही विचार नाही करायचा. खूप जन्म वाट बघितली आहे रे. आता माझा शोध संपला आहे. स्वामी दया, मला माझं प्रेम मिळालं आहे. मी रेष ओलांडली आहे. पलीकडे पोहोचले आहे. प्रेमच प्रेम – आनंद... आनंद...!

"विभावरी ऽ ऽ झाली का तयारी?"

"हो. झाली. किती घाई गडबड तुमची..."

"मुलीकडची माणसं येणार म्हणजे सर्व तयारी हवी ना! त्यांना समजायला हवं की त्यांची लेक एका चांगल्या, संपन्न आणि संस्कारी घरची सून होणार आहे."

"हो. पण पत्ता कुठे आहे त्यांचा? आणि मदहोसुद्धा आला नाही अजून."

"विभावरी, शागीर्द येतच..."

"शागीर्द नाही. मदहो म्हणा त्याला."

"बरं. पण अजून कायद्यानुसार..."

"जळ्ळा तुमचा कायदा. मनाच्या नात्यात कायद्याला स्थान नाही."

"बरं बरं... मंडळी आलीच..."

"या जयराम, विजयावहिनी या! आणि विभावरी, ही मधुश्री."

"या, नमस्कार. बसा."

गप्पा छान रंगल्या. शागीर्द आणि कावेरीचं लग्न पक्क केलं गेलं. दत्तकविधी झाल्यानंतर साखरपुडा ठरला. मुलीचं भविष्य, उज्ज्वल भविष्य जयराम-विजयाच्या डोळ्यांसमोर साकारू लागलं. आणि लेक या वाड्यात राहणार, मालकीण बनणार... या विचारांनी दोघं आनंदित झाले. शागीर्द आणि कावेरी एकमेकांकडे बघत हसत होते. लाजतही होते. पुढे शागीर्दने काही शिकावं अथवा शेती सांभाळावी, अथवा त्याला जे हवं ते करावं. गाणं शिकावं. उत्तम गायक व्हावं. अनेक कल्पना सुचत राहिल्या. शागीर्द आपल्या कलेसाठी जगण्यास आतुरला आणि आत्तापर्यंत कोणासही न सांगितलेलं सत्य जयरामने सरदेसाईंना सांगितलं.

"स्वामी, एक गोष्ट नमूद करायला हवी. माझं आयुष्य, मी आत्तापर्यंत केलेल्या

चुका, माझं आत्मसिद्ध आश्रमात येण्याचं कारण सगळं सगळं तुम्हाला सांगायचं आहे.''

"जयराम, त्याने आम्हाला काही फरक पडत नाही.''

"पडतो स्वामी. अथवा फरक पडो न पडो. मला माझं मन मोकळं करायलाच हवं.''

"अहो, सांगू दे. त्यांना बरं वाटेल.''

"वहिनी, मी जयराम वैशंपाय. कमलचा धाकटा भाऊ.''

"कमल?''

"होय. कमल म्हणजे आत्ताची माँ प्रत्युज्ञा!''

"काय?''

"होय. हे सत्य आहे. ती माझी सावत्र बहीण आहे. तिच्याच सांगण्यानुसार मी आमचं नातं गुप्त ठेवलं. कारण मला आधार हवा होता. बिझनेसमध्ये बुडालो. घर-दार विकावं लागलं. जप्तीच आली. अंगावरच्या कपड्यांनिशी बाहेर पडावं लागलं. कावेरी, मधुश्रीचं शिक्षण थांबलं. दोन घास मिळायची वानवा झाली. शेवटी कमलकडे आलो. तिची बरीच ख्याती झाली होती. तिच्या आत्मसिद्ध आश्रमाबद्दल ऐकून होतो. गरीबांची दया करणारी, त्यांना आश्रय देणारी... गेलो तिच्याकडे. आपलं नातं कुणालाही सांगायचं नाही, या अटीवर आश्रमात प्रवेश मिळाला. पुढचं सगळं स्वामी, तुम्हाला ठाऊकच आहे.''

"अस्सं!''

"पण यामुळे कावेरीचं नातं अव्हेरू नका. तिचा काहीही दोष नाही. शागीर्द, तू नकार नाही ना देणार तिला?''

"शागीर्दचा नकार देण्याचा प्रश्न नाही. ठाम नकार आहे, तो माझा.''

"वहिनी, असं करू नका. पाया पडतो तुमच्या.''

"त्या बाईबद्दल... छे नाहीच.''

"वहिनी, कावेरीने कमलला आणि कमलने कावेरीला या आश्रमात आल्यानंतर पहिल्यांदा बघितलं. तोपर्यंत कावेरीला कमल – माँ प्रत्युज्ञा माहीतच नव्हती.''

"जयराम, हे आधी का नाही सांगितलंत?''

"कसं सांगणार? लाचार होतो. घर नाही, पैसा नाही. या तिघींची जबाबदारी. वयात आलेल्या या मुली... जग किती वाईट आहे, मला विचारा.''

"पण...''

"स्वामी, तुम्ही तरी समजून घ्या. कमल आधी कोण होती, हे कधी जाणण्याचा प्रयत्न तुम्ही केलात?''

"त्याच्याशी मला कर्तव्य नाही. माँ प्रत्युज्ञांची प्रवचनं, विचार ऐकल्यावर तशी

आवश्यकता वाटली नाही आणि आधी घडून गेलेल्या गोष्टींशी माझा काय संबंध?''

''मग तसाच कावेरीबद्दल विचार करा. घडून गेलेल्या गोष्टींशी तिचा काय संबंध? ती कमलची भाची लागते, हा तिचा दोष आहे का?''

''आई-अण्णा, क्षमा करा. पण मी बोलू काही?''

''बोल बाळ!''

''आई, मी कोण आहे, कुठला? माझी जात काय? हे सर्व माहिती नसतानाही तुम्ही माझे आई-वडील झालात. एका मुसलमानाच्या घरात वाढलो, हे माहीत असूनही...! हो ना? मला तर इतिहासच नाही. मला कुठलं मूळ नाही. निदान कावेरीचं तसं नाही. मला मुलगा मानता. मग तिला मुलीसारखं मानू शकणार नाही तुम्ही? आई, तुझं मन तर किती मोठं आहे...''

''पुरे. उगीचच भावना वगैरे... सांगू नकोस... मदहो... मी तुला 'हो' म्हणते.''

''खरंच?''

''हो. संपूर्ण खरं.''

जयराम-विजयाने डोळे पुसले. दाजी-विमला फराळाचं घेऊन आले. वाडा हसत राहिला. बराच वेळ. अगदी उन्हं उतरेपर्यंत!

आपण मौन व्रत घेतलं आहे, माँ प्रत्युज्ञा हे विसरल्या. अतिशय उत्साहाने त्या आपल्या निवासातून बाहेर पडल्या. मुख्य कार्यालयात गेल्या. माँ प्रत्युज्ञा येत असल्याची वर्दी नव्हती. त्यांना अचानक आलेलं बघून शांडिल्य गडबडला.

''शुभम् शांडिल्य, शुभम् शुभम्.''

''शुभम् माँ. आपण इथे?''

''स्वामी सरदेसाई आज आले नाहीत?''

''नाही. आज त्यांच्या वाड्यावर सगळे जमले आहेत. शागीर्द, जयरामकाका, विजयाकाकू, कावेरी, मधुश्री...''

''असं? काय कारण?''

''माँ, आनंदाची बातमी आहे. शागीर्दलाच सांगू देत. ती त्याची बातमी आहे.''

''शांडिल्य, तू सांगितलंस तरी चालेल.''

''आज्ञा माँ. आज शागीर्द आणि कावेरीच्या विवाहासंदर्भात बोलणी करायला जयरामकाका गेले आहेत. स्वामी सरदेसाई आणि सरदेसाई काकू आता शागीर्दचे आई-वडील आहेत. तेव्हा...''

''विवाह? कावेरीचा शागीर्द बरोबर?''

''होय माँ. आहे ना आनंदाची बातमी? माँ, हे सर्व आपल्यामुळे, आपल्या आशीर्वादामुळे होतंय. आपण शागीर्दचं बोट धरलंत आणि त्याच्या दिशाहीन

जीवनाला अर्थ आला. भांबावलेला, स्वत:वर विश्वास नसलेला, कुठेतरी हरवलेला शागीर्द, आपणच त्याला त्याची ओळख करून दिलीत. आपण निराधार जयरामकाकांना आश्रमात आणून आधार दिलात. तसं आपण केलं नसतं तर आज हा शुभदिन उगवला नसता. कृपा आहे माँ आपली.''

''आम्ही निमित्तमात्र आहोत शांडिल्य. शागीर्द आला की आम्ही आज्ञा दिली आहे असं त्याला सांगा.''

''जी माँ.''

''शुभम् शुभम्.''

''शुभम्.''

माँ प्रत्युज्ञा मुख्य कार्यालयातून बाहेर पडल्या. स्वामी दयांच्या मूर्तीसमोर जरा रेंगाळल्या. मनातच हसल्या. त्यांनी स्वामी दयांना वंदन केलं. हे वंदन सगळ्याच कारणाने होतं. स्वामींनी प्रथम डोक्यावर हात ठेवला त्या दिवसासाठी, स्वामींनी दीक्षा दिली त्यासाठी, पूर्वजन्मांचं गहन ज्ञान दिलं त्यासाठी. एके दिवशी अकस्मात सोडून गेले त्यासाठी आणि आत्ता येऊन पुन्हा मानसिक स्थैर्य दिलं त्यासाठीसुद्धा. मनाने स्थिर होता आलं नसतं तर ध्यान लागलं नसतं. ध्यान लागलं नसतं तर सहजी, विनासायास, ध्यानीमनी नसतानाही गतजन्मात प्रवेश झाला नसता आणि गतजन्मात जर प्रवेश झाला नसता तर शागीर्दशी असलेलं आपलं नातं कधीच समजलं नसतं. मग या आनंदाला आपण पारखे झालो असतो. जीवनात एकच करडा रंग उरला असता. पण आता सप्तरंग आहेत... माँ प्रत्युज्ञा अव्याहत विचार करत होत्या. अधीरतेने, हृदयात होणाऱ्या, जाणवणाऱ्या कंपनांचा त्या प्रथमच अनुभव घेत होत्या. माँ प्रत्युज्ञा स्वामी दयांच्या मूर्तीसमोर नतमस्तक होत होत्या.

''आज्ञा माँ, शुभम्.''

''शुभम् शुभम् शागीर्द!''

''माँ, आपण मौन सोडलंत. सर्वांना खूप बरं वाटतंय, आनंद झालाय.''

''आम्ही जाणतो ते. हो, मौन सोडलं. सोडावंच लागलं. नाहीतर तुझ्याशी बोलता आलंच नसतं. आणि तुझ्याशी बोललो नाहीतर...!''

''तर काय माँ?''

''शागीर्द, आज सायंकाळी चार वाजता समाधान मध्ये ये. आम्ही तिथेच असू.''

''काही काम?''

''होय.''

"पण..."

"नाही शागीर्द, आम्ही आत्ता काहीच सांगू शकत नाही."

"आज्ञा माँ. शुभम्."

"शुभम् शुभम्."

आत्मसिद्ध आश्रम खरोखरच आनंदात होता. आजचा दिवस एखाद्या सणासारखा होता. माँ प्रत्युज्ञांनी मौन सोडलं होतं. त्या पूर्ववत आश्रमाच्या, भक्तांच्या, शिष्यांच्या कार्यात सहभागी होत होत्या. पुन्हा एकदा त्यांचा वावर आश्रमभर होत होता. शुभम्चे स्वर आनंदाने उदगारले जात होते आणि शागीर्द-कावेरीचा विवाह ठरला होता. दोन्ही गोष्टींमुळे आत्मसिद्ध आश्रम तो दिवस साजरा करत होता.

सखीने माँ प्रत्युज्ञांच्या स्नानाची जय्यत तयारी केली होती. फुलांच्या पाकळ्यांनी ऊन-ऊन पाणी सुगंधित झालं होतं. केस वाळवण्यासाठी शेगडी-धूप तयार ठेवलं गेलं होतं. श्वेतवस्त्रं, ज्याला नारिंगी किनार होती. पुन्हा एकदा माँ प्रत्युज्ञांच्या स्नानाची तयारी करताना सखी आनंदली होती.

माँ प्रत्युज्ञा समाधानमध्ये जाण्यासाठी तयार झाल्या. धूपाच्या धुराने वाळवलेल्या केसांना धूपाचा सुगंध येत होता. पांढऱ्याशुभ्र साडीची नारिंगी किनार उठून दिसत होती. लाल मोठं कुंकू चेहऱ्याला उठाव आणत होतं. माँ प्रत्युज्ञांनी स्वतःला पुन्हा एकदा आरशात बघितलं. हृदयात होणारी हुरहुर आणि अधीर मन त्यांना समाधान देऊन गेलं.

"शुभम् माँ."

"शुभम् शुभम्."

"माँ, बोलायचंय ना काही?"

"होय शागीर्द. खूप काही बोलायचं आहे. सगळे प्रश्न संपले आहेत हे तुला सांगायचं आहे. आणि केवळ सांगायचं नाही आहे तर दाखवून द्यायचं आहे. बैस. नाही, बसू नकोस. नीज इथे. अंग सैल सोड. डोळे बंद कर. ध्यानस्थ हो."

"नाही माँ. मला गतजन्म नाही बघायचा."

"शागीर्द, घाबरण्यासारखं काहीही नाही. यापूर्वीही तू बघितले आहेस..."

"हो, पण आता नाही."

"शागीर्द, आम्ही सांगतो आहोत म्हणून – शेवटचं, एकदाच. तुला तुझी संपूर्ण ओळख होणार आहे. कारण आम्ही बघितला आहे तुझा तो जन्म! आम्ही सांगतो तेवढंच बघ..."

"आपण बघितलात?"

"होय शागीर्द... आणि केवळ म्हणूनच... म्हणूनच आम्ही आमचं मौन सोडलं. पुन्हा भक्तांसाठी. त्यांची सेवा करण्यास तयार झालो. तुला जाणवून देण्यासाठी. खरंतर फक्त तुला जाणवून देण्यासाठी आम्ही आमचं मौन सोडलं आहे शागीर्द."

"माँ, आपण माझ्यासाठी इतकं का करता? आज आपल्यामुळे... मी आणि कावेरी आजच आपल्याला भेटणार होतो संध्याकाळी. भेटू आजच. आम्हां दोघांना सांगायचंय आपल्याला की आपल्या कृपेने आज आम्ही..."

"थांब शागीर्द. त्या नंतरच्या गोष्टी आहेत. पण आम्ही तुझ्यासाठी मौन सोडलं, म्हणून तरी आम्ही सांगतो आहोत ते मान्य कर."

"जशी आज्ञा माँ. सांगा..."

नीज. अंग सैल सोड. अगदी कपाळापासून ते पायांपर्यंत! मोठा श्वास घे. डोळे आज्ञा केंद्रावर केंद्रित कर. खोल श्वास, अजून खोल श्वास... शांत... शांत... तुझं मन शांत... शांत सागरासारखं – अलगद लाटा येतात आणि जातात तसं. सागर दिसतोय, प्रचंड निळाशार... लाटा येत आहेत... जात आहेत... लाटा... काय दिसतंय?

"सागराची गाज ऐकू येत आहे. मी किनाऱ्यावर उभी आहे. लाट येते तशी सगळेजण सरसावतात. आपली होडी लाटेवर चढवण्यासाठी..."

"बरोबर. पुढे?"

"मी वाट बघते. मला मासळी विकायला न्यायची आहे."

"हं. पुढे?"

"मी छान नटले आहे. मोठा अंबाडा, घट्ट ढोपरांपर्यंतचं नेसण... आणि... तो बघतोय सतत माझ्याकडे."

"कोण?"

"खूप मासळी घेऊन आलाय. त्याच्या हाताच्या बेटकुळ्या... मी बघितल्या आहेत, तो वल्हवताना..."

"तो कोण आहे?"

"तो – त्याला कृष्णा म्हणून हाक मारली... हो. तो कृष्णा आहे आणि राजाही आहे. कृष्णा कसली तरी पैज जिंकलाय. दोघं हसताहेत आणि त्यांनी मिठी मारली एकमेकांना..."

"बरोबर. पुढे?"

"मी मासे विकायला जाते. आज आई-बाबा खूष आहेत. खूप पैसे मिळाले. मी कृष्णाला पैसे दिले. त्याच्या मेहनतीचे."

"पुढे?"

"होळी आहे. वस्ती सजली आहे. मी चंदेरी नेसले आहे. चंद्रकोर लावली आहे."

"पुढे सांग गं. ते माहीत आहे सगळं."

"कृष्णाने वाट अडवली आहे. मागणी घालतोय. मी त्याला चिडवते. तो जाम चिडलाय. तोही चांगला दिसतोय. नवीन कपडे घातले आहेत त्याने. पांढरा टिळा लावला आहे."

"माहीत आहे. पुढे?"

"त्याच्या कपाळावर एक काळा डाग आहे. तो त्या टिळ्यामुळे दिसत नाही आहे."

"पुढे सांग रे शागीर्द – नीट बघ. अजून, बघत राहा."

"त्याने मला अंगठी दिली. पण मी ती हातात नाही घेतली. मी चिडवतेय त्याला. त्याने धरलंय मला. पण मी निसटले. मी पळते, तोही पळतोय माझ्या मागे. मला धरायला, तो हाक मारतोय, इंदू, ये ना, मी येतोय इंदू..."

"बरोबर, अगदी बरोबर, समजलं तुला शागीर्द? समजलं?"

"मी धावतेय."

"होय."

"मी पोहोचले रिंगणात. तिथे सगळे नाचत आहेत."

"ते राहू दे शागीर्द, ते महत्त्वाचं नाही रे..."

"मीही सामील झाले. मीही नाचते. पण माझी नजर त्याला शोधते. तो दिसत नाही आहे."

"लपलोय – होय ना?"

"मी रिंगण सोडलं. मी त्याला शोधते. आज मला त्याला काही सांगायचंय. माझ्या प्रेमाची कबुली द्यायची आहे. खूप वाट बघायला लावली मी त्याला."

"खूप वाट बघितली... खरंच खूप वाट बघितली..."

"मी निघाले. शोधत शोधत किनाऱ्यावर आले. पौर्णिमेचा चंद्र निळाशार पाण्याला चंदेरी करतो आहे. चांदीच्या नाण्यांनी समुद्राचं पाणी चमचमत आहे आणि तेवढ्यात माझ्या पाठीवर त्याने हात ठेवलाय. मी ओळखते हा स्पर्श. हा तोच आहे. मला म्हणतोय, 'किती वाट बघितली तुझी. तुलाच शोधत होतो. आता तरी सांगशील का? लग्न करणार ना माझ्याशी? मी लाजते आहे. त्याचा स्पर्श माझं अंगअंग मोहरून टाकतो आहे. पालवी फुटतेय रंध्रारंध्राला. मी त्याच्या मिठीत

स्वत:ला सोपवून दिलं आहे – मी म्हणते आहे, 'हो' तो विचारतोय, 'पुन्हा सांग, पुन्हा' 'हो, हो, हो.'

आणि तेवढ्यात–"

"तेवढ्यात काय? बोल, पुढे बोल."

"आई ऽ ऽ गं! माझ्या पोटात – माझ्या कमरेला, नाजूक कमरेला पात्याचा विळखा पडलाय. कोयता – अगदी जणू माझ्या कमरेच्या गोलाईच्या आकाराचा. त्याचं टोक पोटाच्या मध्यभागी रुतलंय – आणि रुतत जातंय. आई ऽ ऽ गं – वेदना, निव्वळ वेदना. रक्ताची धार. माझं चंदेरी लालभडक... मी पडते."

"कोणी, कोणी मारलं तुला? सांग... सांग शागीर्द..."

"मी किंकाळी फोडली ऽ ऽ राजा..."

"राजाने मारलं?"

"नाही. राजाने धरलं मला. तो घाबरलाय, वेदना त्याच्या चेहऱ्यावर, तो रडतोय, तो मला घट्ट धरतोय. अगदी घट्ट. मी शेवटचे क्षण... समोर तो उभा आहे. मी त्याच्याकडे बघते. रोखून, रोखून."

"कोण आहे सांग – आत्ता या जन्मातही तो आहे?"

"हो."

"तू ओळखतोस?"

"हो."

"कोण आहे? कावेरी? तुला मारणारी – कावेरी? या जन्मात ती कावेरी बनून आली आहे?"

"नाही."

"सांग शागीर्द."

"त्याचा पांढरा टिळा – रक्ताने माखला आहे. तो ते रक्त पुसतोय. त्या टिळ्याखालचा काळा डाग दिसतोय. मी बघते – एकटक – खोलवर. वेदनेने, दु:खाने. पण आता नजर अंधुक होत आहे – श्वास जड जातोय–"

"श्वास घे शागीर्द – जोरात – पूर्ण श्वास घे – पूर्ण..."

"तो तो कृष्णा होता. मला मारणारा... कृष्णा होता..."

"हे शक्य नाही शागीर्द! कृष्णाचं तुझ्यावर म्हणजे इंदूवर फार प्रेम होतं. तो असं करणार नाही."

"त्यानेच... याही जन्मात आहे तो."

"नाही. हे शक्य नाही. तो या जन्मात नाही. कसा असणार?"

"आहे. त्याच्या कपाळावरचा तो काळा डाग याही जन्मात आहे त्याच्या कपाळावर..."

"शागीर्द, शांत हो. शांत हो. दीर्घ श्वास घे. डोळे उघड – या समाधान मध्ये ये परतून. हळूहळू, शांत – शांत."

शागीर्द थकला होता. गर्भगळीत झाला होता. त्याने शांतपणे डोळे उघडले. तो मान खाली घालून बसला. माँ प्रत्युज्ञांचा चेहरा पांढराफटक पडला होता. त्यांना काही सुधरत नव्हतं. त्या भीतीने थरथरत होत्या. इथून बाहेर पडावं असं त्यांना वाटत होतं, पण शरीर साथ देत नव्हतं.

"कृष्णा म्हणजे तुम्ही ना माँ प्रत्युज्ञा? तुम्ही इंदूला मारलंत."

"नाही रे. मी का मारेन?"

"माँ प्रत्युज्ञा नाही मारणार. पण कमल निश्चितच मारेल."

"कमल?"

"ते लाल मोठं कुंकू. ते पुसा जरा."

"हा आमचा अपमान..."

"पुरे. ते कुंकू पुसा..."

"शागीर्द, अरे समजून घे ना. हे गतजन्म वगैरे काही नसतं रे. सर्व थोतांडं आहे. हे बघ. हा जन्म बघ. मी तुझी कायम काळजी घेत आले ना? प्रेम आहे म्हणूनच ना? आणि मी नेहमी सांगते ना की हा क्षण खरा. ती कावेरी नाही तुझ्यासाठी. मी, माझं प्रेम आहेस तू..."

"खुनी आहेस तू. स्वार्थी. मला मारलंस. राजापासून तोडलंस..."

"तो राजा म्हणजे कावेरी आहे?"

"मला नाही माहत. मी नाही बघितलं. मला केवळ तूच दिसत होतीस. तूच. तू तू माँ नाहीस. तू खुनी आहेस. खुनी – पूस ते कुंकू कमल... हाच डाग – हाच तो काळा डाग... हाच...!"

पहाट नेहमीसारखीच उगवली. आत्मसिद्ध आश्रमाचं कार्य नेहमीप्रमाणे चालू झालं. दिवस बराच वर आला पण माँ प्रत्युज्ञांच्या निवासाचं दार बंद होतं. शागीर्द अचानक आश्रम सोडून निघालाय ही बातमी आश्रमभर पसरली. माँ प्रत्युज्ञांनाही समजली. जाणाऱ्या शागीर्दला त्या बघू शकत नव्हत्या. पण एकदाच शेवटचा प्रयत्न करावा? म्हणून त्यांनी निवासाचं दार उघडलं. समोर शागीर्द दिसला अगदी अनपेक्षितपणे –

शागीर्द सामोरा आला–

"शुभम् माँ. मी जातो आहे. निरोप घेतो."

“शागीर्द, ऐक रे माझं. मी नाही रे राहू शकत तुझ्याशिवाय. हे बघ – कोणत्या तरी जन्मात मी काहीतरी केलं – पण आता तर नाही ना तसं. सोडून दे रे. मला काहीही नको. ते सिंहासन नको, ते प्रणाम नकोत. शरीराची भुकेली नाही मी. खरंच – मला मला प्रेम – कसं सांगू तुला... हे बघ. आपण दोघं जाऊ. हा आश्रमही नको.”

“मी जातो.”

“ऐक ना रे! एकदाच. बघ तरी माझ्याकडे.”

शागीर्दने मान वर करून बघितलं. माँ प्रत्युज्ञांचा अस्ताव्यस्त चेहरा, मोकळे गुंतलेले केस – एका रात्रीत अगदी वृद्ध दिसू लागलेल्या आणि त्याची नजर कपाळावरच्या काळ्या डागाकडे गेली. नकळत माँ प्रत्युज्ञांनी तिथे बोटांनी चाचपलं. कुंकू नसल्याचं त्यांच्या लक्षात आलं. शागीर्दची तीच भेदक नजर ती खूण बघत होती.

माँ प्रत्युज्ञांनी पटकन दार लावलं. मऊ मुलायम मखमली चादरीवर त्यांनी स्वत:ला झोकून दिलं आणि एकच मोठा हंबरडा फोडला...

कितीतरी वेळ तो हंबरडा त्या दालनात उमटत राहिला... प्रतिध्वनित होत राहिला.

आत्मसिद्ध आश्रमाचे नियम पूर्ववत पाळले जात होते. माँ प्रत्युज्ञांनी मात्र पुन्हा स्वत:ला निवासात बांधून घेतलं होतं. भावनारहित, बधीर असे दिवस जात होते. परंतु आत्मसिद्ध आश्रमातल्या शिष्यांना, स्वामींना मात्र माँ प्रत्युज्ञांचं न सामावणं म्हणजे संन्यास वाटत होता.

टी.व्ही.वर माँ प्रत्युज्ञांचं प्रवचन सुरू होतं.

‘झेन कथा आहे ही. एक झेन गुरू आणि त्यांचा एक शिष्य. हा शिष्य गुरूंच्या आश्रमातच राहत असे. पहाटे सर्व विधी आटपून गुरूंच्या दर्शनास येत असे, वाकत असे. दिवसभरात गुरूंची अनेक कामं करीत असे. जितके वेळा तो गुरूंसमोर येत असे, वाकत असे. पुन्हा जाताना वाकत असे. म्हणजे अगदी येता-जाता प्रणाम! दिवसातून असंख्य वेळा. गुरूंचे बाकीचे शिष्य या शिष्याला हसत असत. पहाटे आणि रात्री प्रणाम, गुरूंसमोर वाकणं – सगळेच वाकत असत. पण हे काय? दिवसातून इतक्यांदा प्रणाम? जाता-येता वाकणं?

आणि मग एके दिवशी त्या शिष्याचं वाकणं बंद झालं. आता तर दिवसातून एकदाही तो गुरूंसमोर वाकेनासा झाला. इतर शिष्य म्हणाले, “आता हेही अति होतंय. आधी सतत वाकत राहिला आणि आता अगदीच नाही. एकदाही नाही.

विचित्र! फार विचित्र!''

न राहवून एका शिष्याने गुरूंना विचारलं. ''विचित्र वागतो ना तो? आधी सतत प्रणाम करत राहिला, वाकत राहिला आणि आता एकदाही वाकत नाही आपल्यासमोर?'' गुरू म्हणाले, ''आता त्याला वाकण्याची आवश्यकता नाही. तो आता सतत, अव्याहत मनातून वाकलेलाच आहे. त्याचा अहंकार, इच्छा, लोभ सगळं सगळं समर्पित झालेलं आहे. जो लोभमुक्त, अहंकारमुक्त असतो तो वाकलेला, नम्रच असतो. मग केवळ शरीर वाकवण्याची आवश्यकता उरते कुठे?''

माँ प्रत्युज्ञा स्वत:नेच सांगितलेली कथा स्वत:च ऐकत राहिल्या. त्यांना त्या कथेचं मर्म समजलं. ''आपण केवळ सांगत होतो, पण ते अंगीकारलेलं नव्हतं'' असं त्यांना जाणवलं. गेले काही दिवस चाललेली तगमग म्हणजे फक्त मृगजळ होतं असं वाटू लागलं. 'स्वामी दया, तुम्ही हेच सांगत होता ना मला? केवळ तुमच्या मूर्तीसमोर क्षणभर डोळे मिटून उभं राहणं म्हणजे श्रद्धा नव्हे, समर्पण नव्हे. मला समजलं नाही तेव्हा ते. मी खरोखरच त्या रेषेवर उभी होते. एक पाऊल मागे पडतं तर खोल खोल जाणारी आणि एक पाऊल पुढे पडतं तर...

मी मागे मागे जात राहिले. कोणता, कुठला जन्म? काय धरून ठेवू बघत होते? जे कधी हातात येणारच नव्हतं... ते? हा क्षण महत्त्वाचा, हे सांगणं आणि हा क्षण महत्त्वाचा हे समजून तसं वागणं... स्वामी दया... मला माझा हाच क्षण हवा. हाच! हडबडले, गोंधळले, पण... पण आता सावरले. नाही स्वामी, मला मागे जायचं नाही. तुम्ही मला 'चल' म्हणाला होता. तुम्ही हे जाणलं होतं की मी मागे जाऊ शकते. तुम्ही सावध करत होता मला. मी सावध झाले आहे. मी तुमच्यासमोर वाकलेली आहे. अगदी मनापासून. स्वामी दया, मी येत आहे. मी येतेय.''

सुंदर पहाट होती. दवबिंदूंनी आत्मसिद्ध आश्रमातली बाग न्हायली होती. माँ प्रत्युज्ञांनी थंड पाण्याने स्नान केलं. पांढरी शुभ्र वस्त्र परिधान केली. ओले केस झटकले. डोक्यावरून पदर घेतला. कपाळावरच्या काळ्या डागावर पांढरा टिळा लावला आणि त्यांनी सखीला हाक मारली.

''शुभम् माँ.''

''शुभम् शुभम्.''

''माँ, आपण...''

''सखी, मी जाते. मी संपूर्णत: मोकळी झाले आहे. तुम्ही सर्वांनी माझी खूप सेवा केलीत. तुम्हां सर्वांना माझं वंदन. माझा हा निरोप सर्वांना दे. आत्मसिद्ध

आश्रमाचं काय करायचं, ते तुम्ही सर्वांनी मिळून ठरवा. मी निघाले.''

''पण माँ.''

''माँ नाही. केवळ प्रत्युज्ञा म्हणायचं आणि आता काही म्हणण्याची आवश्यकताच नाही. सर्व काही शुभम् घडो – सर्वांचंच! मी जाते. माझा सर्वांना प्रणाम...''

''माँ ऽ ऽ''

सखीच्या रडवेल्या हाकेला उत्तर न देता माँ प्रत्युज्ञांनी निवास सोडला. माँ प्रत्युज्ञा स्वामी दयांच्या मूर्तीसमोर ताठ उभ्या राहिल्या. अगदी मनमोकळं हसल्या. इतकं मोकळं हसता येतंय हे बघून त्यांना अमाप सुख वाटलं. त्यांनी पाठ फिरवली आणि अनवाणी पावलांनी त्या आत्मसिद्ध आश्रमातून बाहेर पडल्या.

समोर सूर्य उगवत होता...!

◆

प्रसादबन पुरस्कार, नांदेड २०१४ या पुरस्काराने सन्मानित कादंबरी

फॉरवर्ड अँड डिलिट

स्वाती चांदोरकर

'बदला घेण्यासाठी रक्तलांच्छितच घटना
घडायला हव्यात असं कोण म्हणतं?
आणि जर तसं म्हणत असतील,
तर ते चूक, अयोग्य.
शांत मनाने आणि अक्कलहुशारीनेही
बदला घेता येतो.
आणि मग तो गुन्हा ठरत नाही.
ठरवता येत नाही.
गुन्हेगार सापडतच नाही.'

अमोलिका मनातल्या मनात
असाच काहीसा विचार करत होती,
आणि नरोत्तम हॉस्पिटलच्या
आयसीयूमध्ये शेवटच्या घटका
मोजत होता....